AF743081

കുട്ടനും കിളിയും

Kuttanum Kiliyum
Childrens' Literature

M B Santhosh

CHINTHA PUBLISHERS
Thiruvananthapuram

First Edition
July 2022

Published
Chintha Publishers, Thiruvananthapuram

Typesetting
Star communications, Thiruvananthapuram

Printed at
Akshara Offset, Thiruvananthapuram

Cover Design & Illustration
Beingdesigns, Thiruvananthapuram

ISBN : 978-93-93468-10-9

CO - 3119 / 6015

₹ 220

Email: chinthapublishers@gmail.com
Website: www.chinthapublishers.com

A version is available at National Libraries
Kolkata, Mumbai, Chennai and Delhi

Distribution
DESHABHIMANI BOOKHOUSE
H O Thiruvananthapuram 695035

Branch
Head Office Kunnukuzhi • Statue Thiruvananthapuram
KSRTC Bus Terminal Thampanoor • Saphalyam Complex Thiruvananthapuram
KSRTC Bus Station Alappuzha • KSRTC Bus Station Ernakulam
Machingal Lane Thrissur • IG Road Kozhikode
Mavoor Road Kozhikode • NGO Union Building Kannur
Central Bus Terminal Complex Thavakkara Kannur

കുട്ടനും കിളിയും

എം ബി സന്തോഷ്

ചിന്ത പബ്ലിഷേഴ്സ്
തിരുവനന്തപുരം-695 035
വില: ₹ 220

എം ബി സന്തോഷ്

തിരുവനന്തപുരത്ത് പാൽക്കുളങ്ങര 'ശ്രീരാഗ'ത്തിൽ കെ മാധവൻപിള്ളയുടെയും കെ ബേബിയുടെയും മകനായി ജനനം. *ഇന്ത്യാവിഷനി*ലും *കേരള കൗമുദി*യിലും തിരുവനന്തപുരം ബ്യൂറോ ചീഫ്, റീജിയണൽ എഡിറ്റർ, പ്രത്യേക ലേഖകൻ എന്നീ സ്ഥാനങ്ങൾ വഹിച്ചിട്ടുണ്ട്. സ്വദേശാഭിമാനി, എം ശിവറാം, എം ആർ മാധവവാര്യർ, പാമ്പൻ മാധവൻ, ഫാ. കൊളംബിയർ, നരേന്ദ്രൻ, പി സി സുകുമാരൻ നായർ, റീജന്റ് മഹാറാണി എന്നിവരുടെ പേരിലുള്ള തുൾപ്പെടെ വിവിധ മാധ്യമ അവാർഡുകൾക്ക് അർഹനായി. പി എ ഉത്തമൻ പുരസ്കാരം ലഭിച്ച *പകരം, കാമ്പസ്, ഒന്നാം മരണം* (നോവൽ), *പ്രച്ഛന്നം* (കഥകൾ), *കണ്ണന്റെ ലോകം, കുട്ടനും കിളിയും* (ബാലസാഹിത്യം), 2018 ലെ *പ്രളയം -പാഠം, പ്രതിരോധം, അതിജീവനം* (പഠനം) എന്നിവയാണ് പ്രസിദ്ധീകരിച്ച കൃതികൾ. 'ഏകലവ്യന്റെ പെരുവിരൽ' എന്ന ദൂരദർശൻ പരമ്പരയുടെ രചയിതാവാണ്.

ഭാര്യ	:	എൽ പ്രലീമ (തിരുവനന്തപുരം ഗവ. മെഡിക്കൽ കോളേജിലെ ഓഡിയോളജിസ്റ്റ് കം സ്പീച്ച് പതോളജിസ്റ്റ്)
മക്കൾ	:	എസ് പി ഭരത്, എസ് പി ഭഗത്
വിലാസം	:	ശ്രീരാഗം, CRA-40 പാൽക്കുളങ്ങര പി ഒ, തിരുവനന്തപുരം - 695024
E-mail	:	santhoshmbtvm@gmail.com
Phone	:	9495560600

ഉള്ളടക്കം

പ്രസാധകക്കുറിപ്പ്

കുട്ടികൾക്കായുള്ള രണ്ടു ലഘുനോവലുകളാണ് ഈ പുസ്തകത്തിൽ. പക്ഷികളുടെ ലോകത്തെ കുട്ടികൾക്കു പരിചയപ്പെടുത്തുകയാണ് *കുട്ടനും കിളിയും*. നാം ഏറെയൊന്നും ശ്രദ്ധിക്കാത്ത പക്ഷികളുടെ സവിശേഷതകളിലേക്ക് ഈ പുസ്തകം കുട്ടികളെ കൂട്ടിക്കൊണ്ടുപോകുന്നു. ജാതിക്കും മതത്തിനും അപ്പുറത്തേക്കു വികസിക്കുന്ന മാനവികതയിലേക്കു കുട്ടികളെ വളർത്താൻ സഹായിക്കുന്ന ലഘുനോവലാണ് *കണ്ണന്റെ ലോകം*. കണ്ണന്റെ സാഹസികതകൾ കുട്ടികളെ ആവേശംകൊള്ളിക്കും.

ചിന്ത പബ്ലിഷേഴ്സ്

കണ്ണന്റെ ലോകം

ഒന്ന്

നളന്ദാപുരം എന്നാണ് ഞങ്ങളുടെ ഈ സ്ഥലത്തിന്റെ പേര്. ഇതൊരു ഗ്രാമമാണോ എന്നു ചോദിച്ചാൽ ഗ്രാമമല്ലാതായി, എന്നാൽ നഗരമൊട്ടായതുമില്ല എന്നാണ് അച്ഛന്റെ അഭിപ്രായം. ഒരു സർക്കാർ സ്കൂൾ ഉൾപ്പെടെ മൂന്ന് വിദ്യാലയങ്ങൾ, രണ്ട് ആശുപത്രികൾ, രണ്ട് നക്ഷത്രഹോട്ടലുകൾ, മൂന്ന് ബാങ്ക് ശാഖകൾ, പോസ്റ്റ് ഓഫീസ്, പൊലീസ് സ്റ്റേഷൻ, ഒരു ഫാക്ടറി, അഞ്ച് ഐ ടി കമ്പനികൾ എന്നിവയാണ് ഇവിടത്തെ പ്രധാന സ്ഥാപനങ്ങൾ. സ്കൂളിൽ പ്രോജക്ട് ചെയ്യുന്നതിനുവേണ്ടിയാണ് ഈ വിവരം ഞാൻ ശേഖരിച്ചത്.

എന്നെ പരിചയപ്പെടുത്തിയില്ല, അല്ലേ? ഞാൻ, കമല, നളന്ദ പബ്ലിക് സ്കൂളിലെ അഞ്ചാം ക്ലാസ് വിദ്യാർത്ഥിനി. ചേട്ടൻ നന്ദൻ ഇതേ സ്കൂളിൽ ഏഴാം ക്ലാസിൽ പഠിക്കുന്നു. അമ്മ ഈ സ്കൂളിലെതന്നെ അദ്ധ്യാപിക വിദ്യ. അച്ഛന്റെ പേര് ഇനിയും പറയാത്തത് നിങ്ങളിൽ മിക്കവർക്കും അറിയാം എന്നതിനാലാണ്.

നന്ദഗോപാൽ എന്നാണ് അച്ഛന്റെ പേര്. നന്ദൻ മാഷ് എന്ന് നാട്ടുകാർ വിളിക്കുന്ന, നളന്ദ പബ്ലിക് സ്കൂളിന്റെ പ്രിൻസിപ്പലും ഉടമയും. ഈ പ്രദേശത്തിന് നളന്ദാപുരം എന്ന പേര് വന്നതെ

ങ്ങനെയെന്ന് ഇപ്പോൾ മനസ്സിലായിക്കാണുമല്ലോ. മുത്തച്ഛന്റെ അച്ഛൻ തുടങ്ങിയതാണ് നളന്ദ. അടുത്ത വർഷം സ്കൂളിന്റെ ശതാബ്ദി ആഘോഷമാണ്.

പാവപ്പെട്ടവർക്ക് വിദ്യാഭ്യാസം നിഷേധിച്ചിരുന്ന ഒരു കാലയളവിൽ എല്ലാപേർക്കും അറിവ് പകർന്നുനല്കാനാണ് പുരോഗമന ചിന്താഗതിക്കാരനും പണ്ഡിതനുമായ കൃഷ്ണനുണ്ണി എന്ന വല്യമുത്തച്ഛൻ നളന്ദ പബ്ലിക് സ്കൂൾ ആരംഭിച്ചത്. എല്ലാവിഭാഗക്കാരെയും പഠിപ്പിക്കുന്നതിനോട് ആദ്യഘട്ടത്തിൽ വലിയ എതിർപ്പുണ്ടായിരുന്നു. അക്കാലത്ത് താഴ്ന്ന ജാതിക്കാർക്ക് വിദ്യാഭ്യാസം അനുവദിച്ചിരുന്നില്ല. എല്ലാവർക്കും വിദ്യാഭ്യാസം നല്കുന്ന നളന്ദ സ്കൂളിനെതിരെ മഹാരാജാവിനു മുമ്പിലും പരാതി എത്തി. വല്യമുത്തച്ഛനെ മഹാരാജാവ് കൊട്ടാരത്തിൽ വിളിച്ചുവരുത്തി വിശദീകരണം തേടി.

"അറിവുള്ളവർ മനുഷ്യരും അതില്ലാത്തവർ മൃഗങ്ങളുമാണ്. അറിവുനേടാനാവസരമില്ലാതെ ഇരുകാലി മൃഗങ്ങളായി നടക്കുന്നവർ രാജ്യപുരോഗതിക്കുതന്നെ തടസ്സമാണ്. പാവപ്പെട്ടവർ വിദ്യാഭ്യാസം ചെയ്താൽ അതിന്റെ നേട്ടം രാജ്യത്തിനാണ്." - മുത്തച്ഛൻ ബോധിപ്പിച്ചു.

ആ മറുപടി മഹാരാജാവിന് ഇഷ്ടപ്പെട്ടു. സ്കൂളിനായി നീക്കിവച്ച 25 ഏക്കർ കരമൊഴിവാക്കി. കൂടാതെ മറ്റൊരു 25 ഏക്കർ അതിനോടുചേർന്നുതന്നെ സ്കൂളിനായി മഹാരാജാവിന്റെ വകയായി കരമൊഴിവാക്കി പതിച്ചു നല്കി. തീർന്നില്ല, പട്ടും വളയും നല്കി മുത്തച്ഛനെ മഹാരാജാവ് അനുമോദിക്കുകയും ചെയ്തു.

വല്യമുത്തച്ഛന്റെ മരണശേഷം മുത്തച്ഛൻ ആനന്ദകൃഷ്ണൻ സ്കൂളിന്റെ ചുമതല ഏറ്റെടുത്തു. തൊടലും തീണ്ടലും നിലവിലുണ്ടായിരുന്ന അക്കാലത്ത് പിന്നാക്ക വിഭാഗക്കാരെയും അധഃസ്ഥിതരെയും സ്കൂളിൽ പ്രവേശിപ്പിക്കാൻ അദ്ദേഹം ധൈര്യപ്പെട്ടു. അതിനെതിരെയും രാജാവിന് പരാതിപോയി. പുലയന്റെയും പറയന്റെയും ക്ഷുരകന്റെയും മക്കൾ സ്കൂളിൽ പോയാൽ ഭാവിയിൽ അവരുടെ തൊഴിൽ ചെയ്യാനാളുണ്ടാവില്ലെന്നായി

രുന്നു പരാതിയിൽ പ്രധാനമായും പറഞ്ഞിരുന്നത്.

"തൊഴിലിനാണ് മഹത്ത്വമുണ്ടാവേണ്ടത്. വൈദ്യംപോലെ കൃഷിയും കെട്ടിടനിർമ്മാണവും ക്ഷുരകവിദ്യയും പ്രധാന തൊഴിലുകളായി സമൂഹം അംഗീകരിക്കണം. എല്ലാ തൊഴിലിനും മാന്യത നല്കാൻ സമൂഹം മുന്നോട്ടുവന്നാൽ ആളുകൾ ഒരു കാലത്തും തൊഴിലിൽനിന്നും വിട്ടുനില്ക്കില്ല. തൊഴിലിന്റെ മഹത്ത്വം വിദ്യാഭ്യാസത്തിലൂടെ ബോദ്ധ്യപ്പെടുത്താനാവണം."- മുത്തച്ഛൻ വിശദീകരണം നല്കി.

"അത് നല്ല ആശയമാണല്ലോ." - എന്നായിരുന്നു രാജാവിന്റെ പ്രതികരണം.

ആ ആശയം യാഥാർത്ഥ്യമാക്കാൻ വിദ്യാഭ്യാസമേഖലയിൽ എന്തൊക്കെ ചെയ്യാമെന്ന് പഠിച്ച് റിപ്പോർട്ട് നല്കാൻ മുത്തച്ഛൻ അദ്ധ്യക്ഷനായി ഒരു വിദ്യാഭ്യാസ പരിഷ്കരണ സമിതി രൂപീകരിക്കുകയായിരുന്നു രാജാവിന്റെ അടുത്ത നടപടി. ഇതിനായി വിവിധ നാട്ടുരാജ്യങ്ങൾ മാത്രമല്ല, അന്ന് ബിലാത്തി എന്നറിയപ്പെട്ടിരുന്ന ഇംഗ്ലണ്ടും മുത്തച്ഛനും സംഘവും സന്ദർശിച്ച് പഠനം നടത്തി. മുത്തച്ഛന്റെ നേതൃത്വത്തിലുള്ള ആ സമിതിയുടെ റിപ്പോർട്ടാണ്, കേരളത്തിലെ വിദ്യാഭ്യാസ പരിഷ്കാരങ്ങളുടെ ആണിക്കല്ലെന്ന് ഈയിടെ ഒരു സെമിനാർ ഉദ്ഘാടനം ചെയ്ത് വിദ്യാഭ്യാസമന്ത്രി പ്രസംഗിച്ചത് പത്രത്തിൽ വന്നത് ഞാൻ വെട്ടിയെടുത്ത് സൂക്ഷിച്ചിട്ടുണ്ട്. ആ റിപ്പോർട്ടിലാണ് എല്ലാവർക്കും വിദ്യാഭ്യാസമെന്ന ആശയവും ഇംഗ്ലീഷ് വിദ്യാഭ്യാസത്തിന്റെ ആവശ്യകതയും ഹിന്ദി പഠിപ്പിക്കേണ്ടതിന്റെ പ്രാധാന്യവും ആദ്യമായി ചൂണ്ടിക്കാട്ടിയതെന്നും മന്ത്രി വിശദീകരിച്ചു.

ഈ റിപ്പോർട്ട് സമർപ്പിച്ചതിനെത്തുടർന്ന് മുത്തച്ഛനെയും രാജാവ് പട്ടും വളയും നല്കി ആദരിച്ചു. വിദ്യാഭ്യാസ ഉപദേശക സമിതി അദ്ധ്യക്ഷനായി മുത്തച്ഛനെ നിയമിക്കുകയായിരുന്നു അടുത്ത നടപടി. പുതിയ വിദ്യാഭ്യാസ സ്ഥാപനങ്ങൾ തുടങ്ങുന്നത് ഈ സമിതിയുടെ ശുപാർശയുടെ അടിസ്ഥാനത്തിലായിരിക്കുമെന്നും വ്യവസ്ഥ ചെയ്തു.

അതോടെ, മുത്തച്ഛനെതിരെ പരാതി നല്കിയ യാഥാസ്ഥിതികർ ഒറ്റപ്പെട്ടു. വെളുക്കാൻ തേച്ചത് പാണ്ടായിപ്പോയെന്ന് അവർ തിരിച്ചറിഞ്ഞു. സവർണ്ണർക്ക് മാത്രമായി ഒരു സ്കൂൾ സ്ഥാപിക്കലായി അവരുടെ അടുത്തലക്ഷ്യം. വിദ്യാഭ്യാസ ഉപദേശക സമിതിയുടെ അദ്ധ്യക്ഷൻ മുത്തച്ഛനായതിനാൽ അനുമതി കിട്ടില്ലെന്നായി അവരുടെ വിശ്വാസം.

എന്നാൽ, മുത്തച്ഛന്റെ കാഴ്ചപ്പാട് മറ്റൊന്നായിരുന്നു. കൂടുതൽ സ്കൂളുകൾ ആര് തുടങ്ങുന്നതും നന്നാണ്. കുറേ കുട്ടികൾക്ക് അറിവ് നേടാൻ അവസരം കിട്ടും. ആവശ്യത്തിന് സ്കൂളുകൾ ആയശേഷം ഇതിൽ മാറ്റം വരുത്താം. ഈ നിലപാടോടെ തന്റെ സ്കൂളിന്റെ തൊട്ടടുത്ത കവലയിൽ സ്കൂൾ സ്ഥാപിക്കാൻ നല്കിയ അപേക്ഷ അനുവദിക്കാൻ മുന്നിട്ടിറങ്ങിയത് മുത്തച്ഛനായിരുന്നു. ശത്രുപക്ഷത്ത് നിലകൊണ്ട വലിയൊരു വിഭാഗം മുത്തച്ഛന്റെ ആരാധകരായത് ഈ സംഭവത്തോടെയാണെന്നാണ് മുത്തച്ഛന്റെ ജീവചരിത്രകാരൻ രേഖപ്പെടുത്തിയിട്ടുള്ളത്. അങ്ങനെ തൊട്ടടുത്ത കവലയിൽ ആര്യൻ സ്കൂൾ സ്ഥാപിതമായി. അതോടെ അവിടം ആര്യാനഗറായി മാറി.

ഇതിനിടയിൽ സ്വാതന്ത്ര്യസമരത്തിൽ പങ്കെടുക്കുന്നതിനായി വിദ്യാഭ്യാസോപദേശക സമിതി അദ്ധ്യക്ഷപദം മുത്തച്ഛൻ രാജിവച്ചു. ആ വാശിയിൽ രാജഭരണം നളന്ദ സ്കൂൾ അടച്ചുപൂട്ടി. അടുത്തവർഷം രാജ്യം സ്വതന്ത്രമായതോടെ സ്കൂൾ വീണ്ടും ആരംഭിച്ചു. അതിന്റെ പത്താം വാർഷികത്തിലാണ് മുത്തച്ഛനെ രാജ്യം പത്മശ്രീ നല്കി ആദരിച്ചത്. എട്ടുവർഷം മുമ്പ് അദ്ദേഹം അന്തരിച്ചു.

നളന്ദ പബ്ലിക് സ്കൂളിൽ വിദ്യാർത്ഥി പ്രവേശനത്തിന് ഒരു നിയന്ത്രണവുമില്ല. അഞ്ചാം വയസ്സിൽ നഴ്സറിയിലേക്ക് പ്രവേശനം തുടങ്ങും. ആറ് വയസ്സാവുമ്പോൾ ഒന്നാം ക്ലാസിലാവും. ഒന്നാം ക്ലാസ് വരെ പ്രവേശനത്തിന് ഇന്റർവ്യൂവോ പരീക്ഷയോ ഒന്നുമില്ല. ഈ ക്ലാസുകളിലേക്ക് അപേക്ഷിക്കുന്നവർക്കൊക്കെ പ്രവേശനം നല്കുകയാണ് പതിവ്. ഞാൻ നഴ്സറിയിൽ ചേർന്ന

പ്പോഴാണ് പുതിയ മൂന്നുനില മന്ദിരം ഉദ്ഘാടനം ചെയ്തത്. വീണ്ടും സ്ഥല സൗകര്യം പ്രശ്നമാകുന്നുവെന്നും ഇനി പ്രവേശനത്തിൽ എന്തെങ്കിലും നിയന്ത്രണം ഏർപ്പെടുത്തേണ്ടിവരുമെന്നും അച്ഛൻ ഇന്നലെ ഓഫീസ് മുറിയിൽവച്ച് പറയുന്നതു കേട്ടു. ഇതെങ്ങനെ ആവാമെന്ന് അഭിപ്രായമുള്ളവർ അറിയിക്കണമെന്നും അച്ഛൻ നിർദ്ദേശിച്ചു.

വെള്ള ഉടുപ്പും നീല നിക്കറുമാണ് ആൺകുട്ടികളുടെ വേഷം. പെൺകുട്ടികൾ നീലപ്പാവാട അണിയണമെന്ന വ്യത്യാസമേയുള്ളൂ. അദ്ധ്യാപകർക്കും യൂണിഫോമുണ്ട്. വെള്ള മുണ്ടും ഷർട്ടും ധരിച്ച് അദ്ധ്യാപകർ എത്തുമ്പോൾ വെള്ള സാരിയും ബ്ലൗസുമണിഞ്ഞ് അദ്ധ്യാപികമാർ ഹാജരാകും.

സ്കൂളിൽ വിശാലമായ പച്ചക്കറിത്തോട്ടവും കന്നുകാലി വളർത്തൽ കേന്ദ്രവുമുണ്ട്. മീൻ, കോഴി വളർത്തലും ഇതോടനുബന്ധിച്ചുണ്ട്. അവിടങ്ങളിലെല്ലാം വിദ്യാർത്ഥികൾ പ്രവർത്തിച്ചേ മതിയാവൂ. തുന്നൽ മുതൽ പാചകം വരെ വിദ്യാർത്ഥികൾ പരിശീലിക്കണം.

രാവിലെ 9.30 ന് സ്കൂൾ ആരംഭിക്കും. സ്കൂളിൽ കുട്ടികളോ അദ്ധ്യാപകരോ മറ്റ് ജീവനക്കാരോ ഭക്ഷണം കൊണ്ടുവരാൻ പാടില്ല. രാവിലെ 11 ന് മോരോ നാരങ്ങാനീരോ നല്കും. ഏതെങ്കിലും പഴവും കഴിക്കാൻ അതോടൊപ്പം ഉണ്ടാകും. ഉച്ചയ്ക്ക് ഊണാണ്. ഓരോ ക്ലാസിലും രാമച്ചമിട്ട ശുദ്ധജലം വലിയ മൺകലങ്ങളിൽ അടച്ചുവച്ചിട്ടുണ്ട്.

അദ്ധ്യയനവർഷത്തിന് മുന്നോടിയായി മാതാപിതാക്കൾ കുട്ടികളോടൊപ്പം സ്കൂളിലെത്തണം. ഫീസ് നിശ്ചയിച്ച് നല്കുന്നത് അന്നാണ്. ഓരോരുത്തരുടെയും വരുമാനത്തിന്റെ അടിസ്ഥാനത്തിലാണ് ഫീസ് നല്കേണ്ടിവരിക. ആഹാരത്തിനും സ്കൂൾ ബസിലെ യാത്രയ്ക്കുമുള്ള നിരക്കുകളും അന്ന് അറിയിക്കും. ഇത് നല്കാൻ നിവൃത്തിയില്ലാത്തവർക്കും പഠിക്കാൻ ഒരു തടസ്സവുമില്ല. അവർക്കും ആഹാരം കിട്ടും, സ്കൂൾ ബസിൽ സൗജന്യമായി എത്താം. ഫീസിന്റെ വിവരങ്ങൾ കുട്ടികൾക്ക്

പരസ്പരം അറിയാനാവില്ല. ആ നയമാണ് കണ്ണനും തുണയായത്. അല്ലെങ്കിൽ അന്നുരാവിലെയും പതിവുപോലെ നടക്കാനിറങ്ങിയ ഞങ്ങൾക്ക് മുമ്പിലേക്ക് കണ്ണൻ ഒരു വിഷയമായി അവതരിക്കുകയില്ലായിരുന്നല്ലോ. അച്ഛനും അമ്മയും ചേട്ടനും ഞാനുമാണ് എല്ലാ ദിവസവും നടക്കാനിറങ്ങുക. ഓരോ ദിവസവും ഓരോരോ സ്ഥലത്തേക്കാണ് നടപ്പ്. അന്ന് ആ വഴി പോകാമെന്ന് നിർദ്ദേശിച്ചത് അമ്മയാണ്.

രണ്ട്

രാവിലെയുള്ള നടത്തം ആരോഗ്യത്തിനുത്തമം എന്നതിനെക്കാൾ കുടുംബവുമായുള്ള ഒരു യാത്ര എന്ന നിലയിലാണ് അച്ഛൻ നോക്കിക്കണ്ടതെന്ന് എനിക്ക് പലപ്പോഴും തോന്നിയിട്ടുണ്ട്. ഒരുദിവസം ക്ഷേത്രത്തിന്റെ വഴിയിലൂടെയാണെങ്കിൽ അടുത്തദിവസം ആര്യാനഗറിലേക്കാവും യാത്ര. ഇതിനിടയിൽ ഞങ്ങളെ അഭിവാദ്യം ചെയ്യുന്നവരോടെല്ലാം അച്ഛൻ നമസ്കാരം പറയുകയും വിശേഷങ്ങൾ ആരായുകയും ചെയ്യും.

ഈ യാത്രയ്ക്കിടയിലാണ് ചില ഉത്സവക്കമ്മിറ്റിക്കാർ അതിന്റെ ഭാരവാഹിയായിരിക്കാൻ അച്ഛനോടഭ്യർത്ഥിക്കുക. പള്ളിപ്പെരുന്നാളാഘോഷത്തിനും ഈദുൽഫിത്തർ കമ്മിറ്റിയുടെയും മുഖ്യഭാരവാഹിസ്ഥാനം വർഷങ്ങളായി അച്ഛനാണ്. അവരും പ്രഭാതനടത്തത്തിനിടയിൽ അച്ഛനെക്കണ്ട് കാര്യം പറയുമ്പോൾ വിശദമായി വൈകുന്നേരം സംസാരിക്കാമെന്ന് തീരുമാനിക്കും. സ്കൂൾ സമയം കഴിഞ്ഞാൽ അച്ഛന്റെ ഓഫീസ് ഇത്തരക്കാരാൽ നിറഞ്ഞിരിക്കും.

തുഞ്ചത്ത് രാമാനുജൻ എഴുത്തച്ഛന്റെ കിളിപ്പാട്ടുകൾ മുഴുവൻ കാണാതെ പഠിക്കണമെന്ന് അച്ഛൻ ചേട്ടന് നിർദ്ദേശം നല്കിയത് കഴിഞ്ഞ വർഷം ഇതുപോലൊരു യാത്രയിലാണ്. *അദ്ധ്യാത്മരാമായണ*മായിരുന്നു തുടക്കം. ആദ്യം ഏതാനും വരികൾ

രാവിലെ അച്ഛൻ ചൊല്ലും. അത് രണ്ടുതവണ ചേട്ടൻ ഏറ്റുചൊല്ലണം. നടത്തത്തിനിടയിൽ അച്ഛൻ അതിന്റെ അർത്ഥം വിശദീകരിക്കും. വീട്ടിൽ ചെന്നശേഷം ഉടൻ അന്ന് പുതുതായി പഠിച്ച വരികൾ ചേട്ടൻ എഴുതണം. എന്നിട്ട് അത് അച്ഛന്റെ മേശപ്പുറത്തുള്ള പുസ്തകവുമായി ഒത്തുനോക്കി തെറ്റുണ്ടെങ്കിൽ തിരുത്തണം. പിറ്റേദിവസം രാവിലെ ആദ്യം തലേന്ന് പഠിച്ചത് കാണാതെ ചൊല്ലി അർത്ഥം വിശദമാക്കണം. ഇപ്പോൾ *അദ്ധ്യാത്മരാമായണം* മുഴുവൻ ചേട്ടന് കാണാതറിയാം. കഴിഞ്ഞ ആഴ്ച *മഹാഭാരതം* പഠിക്കാൻ തുടങ്ങി. ചേട്ടനെ പഠിപ്പിക്കുന്നത് കേട്ടിട്ടാണെങ്കിലും എനിക്കും *അദ്ധ്യാത്മരാമായണം* മുഴുവൻ കാണാതെ പഠിക്കാൻ കഴിഞ്ഞു. അർത്ഥവും ഏറക്കുറെ അറിയാം.

സ്കൂളിൽ വരുത്തേണ്ട പരിഷ്കാരങ്ങളിൽ ചിലതിനെക്കുറിച്ചും ഈ യാത്രയിൽ ചർച്ചയുണ്ടാവാറുണ്ട്. സ്കൂൾ യൂണിഫോമിനൊപ്പം ഷൂസും ടൈയും ഇല്ലാത്തതിനെപ്പറ്റി കഴിഞ്ഞദിവസം തന്നെ വന്നുകണ്ട രക്ഷിതാക്കളിലൊരാൾ പരാതി പറഞ്ഞത് ഇത്തരമൊരു യാത്രയ്ക്കിടയിലാണ് അമ്മ അച്ഛന്റെ ശ്രദ്ധയിൽപ്പെടുത്തിയത്.

“അത് ആ രക്ഷിതാവിന്റെ അറിവില്ലായ്മയിൽനിന്നുള്ള ആവശ്യമാണ്. ഇതുരണ്ടും എന്തിന് ധരിക്കണം? ഇംഗ്ലീഷുകാരൻ നിവൃത്തിയില്ലാതെയാണ് ഷൂസും ടൈയും ധരിക്കുന്നത്. കൊടുംതണുപ്പത്ത് കഴുത്തുമൂടുന്ന ടൈയും കാല് മൂടുന്ന ഷൂസും സോക്സും കൂടിയേ തീരൂ. എന്തിനും അവരെ അനുകരിക്കാൻ തത്രപ്പെടുന്ന നമ്മൾ സ്കൂൾ തുറക്കുന്ന ജൂൺ മാസത്തെ കോരിച്ചൊരിയുന്ന മഴയത്തും ഷൂസും ടൈയും അണിയിച്ചാണ് കുട്ടികളെ സ്കൂളിലയക്കുന്നത്. രാവിലത്തെ മഴയിൽ സോക്സ് നനയുന്ന കുട്ടി വൈകുന്നേരംവരെ അത് ധരിക്കേണ്ടിവരുന്നു. ആ കുട്ടിക്ക് അസുഖം വരാൻ വേറെ കാരണം വേണോ? കത്തിക്കാളുന്ന ചൂടത്ത് ടൈ ധരിച്ചെത്തുന്ന കുട്ടികൾ വിയർത്ത് കുളിച്ച് അസുഖത്തെ ക്ഷണിച്ചുവരുത്തുന്നു. നമുക്ക് ഇംഗ്ലീഷുകാരിൽനിന്ന് നല്ല കാര്യങ്ങൾ സ്വീകരിച്ചാൽ പോരെ?” അച്ഛൻ ചോദിച്ചു.

“മറ്റ് സ്കൂളുകളിലെ കുട്ടികൾ ഷൂസും ടൈയും ധരിച്ച് പോകുന്നതുമൂലമാണ് ഈ ആവശ്യം.” - അമ്മ പറഞ്ഞു.

“ആ സ്കൂളുകാർക്ക് അതിന് അവരവരുടേതായ ന്യായീകരണങ്ങളുണ്ടാവാം. ഇക്കാര്യത്തിൽ എന്റെ ധാരണ തെറ്റാണെന്ന് ആരെങ്കിലും വസ്തുതാപരമായി എന്നെ ബോദ്ധ്യപ്പെടുത്തിയാൽ അത് തിരുത്തി നമ്മുടെ സ്കൂളിലും ടൈയും ഷൂസും ഏർപ്പെടുത്താം. അല്ലാതെ ഇവ രണ്ടും അണിഞ്ഞാലുടൻ കുട്ടികൾ മിടുക്കരാവും എന്ന് ഞാൻ കരുതുന്നില്ല.” - അച്ഛൻ വ്യക്തമാക്കി.

അപ്പോഴാണ് റോഡരികിലെ ഒരു കൊച്ചുവീടിന്റെ മുന്നിൽ ആളുകൾ കൂടിനില്ക്കുന്നത് കണ്ടത്. ഞങ്ങളെ കണ്ടതും അവരിൽ കുറേപ്പേർ അടുത്തേക്കു വന്നു.

“ഇവിടെ വാടകയ്ക്ക് താമസിച്ചിരുന്ന മുനിയമ്മ മരിച്ചു.”- ഒരാൾ പറഞ്ഞു.

“ഇവരുടെ ഭർത്താവല്ലേ കഴിഞ്ഞ വർഷം ഡെങ്കിപ്പനി പിടിച്ച് മരിച്ചത്?”- അച്ഛൻ ചോദിച്ചു.

“അതെ. ഇവർക്കൊരു മകനുണ്ട്. എട്ടുപത്ത് വയസ്സാവും, ഇവിടത്തെ സർക്കാർ സ്കൂളിലാണ് പഠിക്കുന്നത്. അവന് ആരുമില്ലാതായി.”- അയാൾ പറഞ്ഞു.

“എന്താ അവന്റെ പേര്?”- അച്ഛൻ ചോദിച്ചു.

“കണ്ണൻ. വയനാട്ടുകാരാണ്. പോസ്റ്റുമാസ്റ്ററുടെ വീട്ടിൽ ജോലിക്ക് നില്ക്കുകയായിരുന്നു മുനിയമ്മ.” വേറൊരാൾ മറുപടി നല്കി.

“ഇവർ അഞ്ചാറ് വർഷമായി ഇവിടെ താമസിക്കുകയല്ലേ?” - അച്ഛന്റെ ചോദ്യം.

“അതെ മാഷെ, അഞ്ചുവർഷം കഴിയും. ബാങ്കിലെ ക്ലാർക്കായിരുന്ന സതീന്ദ്രൻ വയനാട്ടുകാരനാണല്ലോ. അയാളുടെ സഹായിയായാണ് മണിയപ്പനും ഭാര്യയും മകനും വന്നത്. സതീന്ദ്രൻ സ്ഥലം മാറിപ്പോയെങ്കിലും ഇവർ ഇവിടെത്തന്നെ കഴിയുകയായിരുന്നു.”- മൂന്നാമതൊരാൾ വിശദീകരിച്ചു.

“മണിയപ്പൻ നല്ല അദ്ധ്വാനിയായിരുന്നു. ഏത് പണിക്കും തയ്യാർ. അതിനാൽ അയാൾക്ക് എന്നും പണിയുണ്ടായിരുന്നു.

ആ കുടുംബം സന്തോഷത്തോടെ കഴിഞ്ഞുവരവേയാണ് അയാൾ മരിച്ചത്. അതോടെ മുനിയമ്മയും മകൻ കണ്ണനും പട്ടിണിയായി. പോസ്റ്റുമാസ്റ്ററുടെ വീട്ടിലെ അടുക്കളപ്പണിയായിരുന്നു ആകെയുള്ള വരുമാനം. ഈ കൂരയ്ക്ക് 250 രൂപയാണ് ലോനപ്പന് വാടകയായി നല്കേണ്ടത്. വാടക കൊടുക്കാത്തതിന്റെ പേരിൽ ഇന്നലെയും ലോനപ്പൻ ഇവിടെ വന്ന് ബഹളമുണ്ടാക്കി." അയാൾ പറഞ്ഞു.

"മുനിയമ്മ എങ്ങനെയാ മരിച്ചത്?"- അച്ഛൻ ചോദിച്ചു.

"ഇന്നലെ വൈകിട്ട് നെഞ്ചുവേദന എടുത്ത് അവർ പുഴുപോലെ ഇവിടെക്കിടന്ന് പിടയുകയായിരുന്നു. കണ്ണൻ സ്കൂളിൽ നിന്ന് വന്നപ്പോഴത്തെ കാഴ്ച അതായിരുന്നു. അവന്റെ നിലവിളി കേട്ട് ഞങ്ങൾ ഓടി വന്ന് ആശുപത്രിയിൽ കൊണ്ടുപോയി. അവിടെ എത്തുംമുമ്പ് മരിച്ചു. ഹൃദയാഘാതമായിരുന്നു."

ഞങ്ങൾ ആ കൂരയ്ക്കകത്തേക്ക് കയറി. ഓലമേഞ്ഞ ഒറ്റമുറി വീട്. പിന്നിൽ ഒരുചായ്പ്. അടുക്കള അവിടെയാവണം. അടുത്ത ദിവസങ്ങളിലൊന്നും അവിടെ തീ പുകഞ്ഞ ലക്ഷണമില്ല.

ആ മുറിയിൽ, നീളൻ വാഴയിലയിൽ മൃതദേഹം കിടത്തിയിരിക്കുകയാണ്. തലയ്ക്കൽ നിലവിളക്ക് കൊളുത്തിവച്ചിരിക്കുന്നു. ചന്ദനത്തിരിയും പുകയുകയാണ്.

ഒരു കുട്ടി, എന്റത്രയൊക്കെ വരും. ഏങ്ങലടിച്ച് കരയുകയാണ്... അതുകണ്ട് എനിക്കും സങ്കടം വന്നു. നോക്കിയപ്പോൾ, ചേട്ടനും കണ്ണ് തുടയ്ക്കുകയാണ്...

മൂന്ന്

അടുത്തദിവസം കണ്ണന്റെ വീടുവരെയായി ഞങ്ങളുടെ പ്രഭാത നടത്ത.

ആദ്യദിവസം പോയശേഷം അന്നുതന്നെ അച്ഛൻ രണ്ടുതവണ അവിടെ പോയി. കണ്ണന്റെ അമ്മയുടെ മൃതദേഹം ഉച്ചയ്ക്കാണ് സംസ്കരിച്ചത്. അപ്പോഴും സന്ധ്യക്കും അന്ന് അച്ഛൻ അവിടെ എത്തി. സമീപത്തുള്ള ഒരു വൃദ്ധയെ കണ്ണന് കൂട്ട് കിടക്കാൻ ഏർപ്പാടാക്കിയതും അച്ഛനാണ്.

കണ്ണന്റെ മാതാപിതാക്കൾ ഇവിടെ എത്താൻ നിമിത്തമായ ബാങ്കിലെ ക്ലാർക്ക് സതീന്ദ്രൻ മുഖേന കണ്ണന്റെ ബന്ധുക്കളെ കണ്ടെത്താൻ ശ്രമിച്ചെങ്കിലും വിജയിച്ചില്ല. കല്പറ്റക്കാരനായ സതീന്ദ്രന് ഇവർ മാനന്തവാടിക്കടുത്തെവിടെയോ ആണ് താമസിച്ചിരുന്നത് എന്നേ അറിയാമായിരുന്നുള്ളൂ. ഒരു ജോലി തേടിയെത്തിയ അവരെ സഹായിച്ചു. മാനന്തവാടിയിൽ നേരിട്ടുപോയി അന്വേഷിച്ചുനോക്കാം എന്ന് അയാൾ ഏറ്റു. അടുത്തദിവസം അയാൾ മാഷിനെ വിളിച്ചു പറഞ്ഞത് ആരെയും കണ്ടെത്താനായില്ല എന്നാണ്.

കണ്ണനും കുടുംബവും ആദിവാസി വിഭാഗത്തിൽപ്പെട്ടവരാണ് എന്ന വിവരം കിട്ടിയതിനാൽ പട്ടികവർഗ്ഗക്ഷേമ ജില്ലാ

തല ഓഫീസ് മുഖേന നടത്തിയ ശ്രമവും വിജയിച്ചില്ല.

കണ്ണൻ താമസിച്ചിരുന്ന വീടിനോട് ചേർന്ന് താമസിച്ചിരുന്നത് പൊലീസ് ഐ ജി ഓഫീസിലെ ഉദ്യോഗസ്ഥനും കുടുംബവുമാണ്. ആ ഉദ്യോഗസ്ഥൻ വയനാട്ടിലെ ജില്ലാ പൊലീസ് സൂപ്രണ്ട് ഓഫീസ് മുഖേന നടത്തിയ അന്വേഷണവും പരാജയപ്പെട്ടു.

ബന്ധുക്കളെ കണ്ടെത്താനുള്ള എല്ലാ ശ്രമങ്ങളും പ്രയോജനരഹിതമായതോടെ കണ്ണൻ ആ നാടിനുമുന്നിൽ ഒരു ചോദ്യചിഹ്നമായി. പതിവായി ഊരിൽ പോകാറുള്ളത് അവന് ഓർമ്മയുണ്ട്. ട്രയിനിലും ബസിലും പോയിട്ടുണ്ട്. ഊരിൽ ബന്ധുക്കളാരുമില്ലാത്തതിനാലാണ് അപ്പ ജോലിതേടി ഇങ്ങുവന്നത്. ഊരുകാരണവർ അവിടെ ഉണ്ടെന്നും അദ്ദേഹത്തിന് തന്നോട് വാത്സല്യമായിരുന്നെന്നും അവൻ പറഞ്ഞു. അവൻ പറഞ്ഞ വിവരങ്ങളിൽനിന്ന് ബന്ധുക്കളെ കണ്ടെത്താമെന്ന പ്രതീക്ഷ ആർക്കുമില്ലായിരുന്നു.

ബന്ധുക്കളുണ്ടായിരുന്നെങ്കിൽ വലിയ കഷ്ടപ്പാടും സഹിച്ച് മുനിയമ്മ ഇവിടെ കഴിയുമായിരുന്നോ എന്ന അച്ഛന്റെ ചോദ്യം എല്ലാവരും ശരിവച്ചു.

ആ വാടകവീടിന്റെ ഉടമ ലോനപ്പൻ ഇതിനകം പലതവണ അച്ഛനെയും മറ്റുള്ളവരെയും കണ്ടു. കണ്ണന്റെ അമ്മ നല്കാനുണ്ടായിരുന്ന വാടക നഷ്ടപ്പെട്ടതായി കണക്കാക്കിക്കൊള്ളാം, ഇനി കണ്ണനെ അവിടെ താമസിപ്പിക്കാനാവില്ല എന്നായിരുന്നു അയാളുടെ നിലപാട്. അയാൾക്ക് അവിടെ ഒരു ഷോപ്പിങ് കോംപ്ലക്സ് പണിയണമത്രേ.

ലോനപ്പൻ തന്നെയാണ് പോംവഴി നിർദ്ദേശിച്ചത്: "നമുക്ക് ഇവനെ ഏതെങ്കിലും അനാഥാലയത്തിന് കൈമാറാം."

ആരും അതിനെ എതിർത്തില്ല. മരണാനന്തര കർമ്മങ്ങൾ തീരുന്നത് ഞായറാഴ്ചയാണ്. അന്നുതന്നെ കണ്ണനെ അനാഥാലയത്തിന് കൈമാറാമെന്ന നിലയിലാണ് കാര്യങ്ങൾ മുന്നോട്ടു പോയത്. ലോനപ്പൻ തന്നെ അതിനുവേണ്ട ക്രമീകരണങ്ങൾ നടത്താമെന്ന് ഏറ്റു. ഉത്തരവാദിത്വമുള്ള നിയമാനുസൃതമായി

പ്രവർത്തിക്കുന്നിടത്തേ കണ്ണനെ പാർപ്പിക്കാവൂ എന്ന് പ്രത്യേകം ഓർമ്മിപ്പിച്ചത് അയൽക്കാരനാണ്. അത് ലോനപ്പൻ സമ്മതിച്ചു.

ഞായറാഴ്ചയായി. ഞങ്ങൾ നാലുപേരും കണ്ണന്റെ വീട്ടിലേക്ക് ചെന്നു. അച്ഛൻ ചെന്നതും ചടങ്ങുകൾ ആരംഭിച്ചു.

പരികർമ്മി ചൊല്ലുന്ന മന്ത്രങ്ങൾ സ്ഫുടമായി കണ്ണൻ ഏറ്റു ചൊല്ലി. ദുഃഖമുണ്ടെങ്കിലും അത് അടക്കാൻ അവൻ പഠിച്ചിരിക്കുന്നു. കഴിഞ്ഞ ദിവസങ്ങളിൽ കരഞ്ഞുകൊണ്ടിരുന്ന അവൻ രണ്ടുദിവസമായി എന്തോ ആലോചനകളിൽ മുഴുകിയിരിക്കുകയായിരുന്നു. ഇനി തനിക്കാരുമില്ലെന്ന യാഥാർത്ഥ്യം ഉൾക്കൊണ്ടാവണം, അവൻ നിസ്സംഗനായിരുന്ന് മന്ത്രങ്ങൾ ചൊല്ലുകയാണ്.

“ആള് മിടുക്കനാണല്ലോ”- ഞങ്ങളുടെ അടുത്തുനിന്നവരിൽ ഒരാൾ പറഞ്ഞു.

“മുതിർന്നവർക്കുപോലും ഒരിക്കൽ കേട്ടാൽ ഇത്ര സ്ഫുടമായി ഏറ്റു ചൊല്ലാൻ കഴിയില്ല. ഒരു തെറ്റുമില്ലാതെയല്ലേ അവൻ ചൊല്ലുന്നത്?”- മറ്റൊരാൾ അത് ശരിവച്ചു.

“അവന്റെ മന്ത്രോച്ചാരണങ്ങൾ കേട്ടാൽ പരേതാത്മാക്കൾക്ക് മോക്ഷം ഉറപ്പാണ്. അത്രയ്ക്ക് വ്യക്തമായാണവൻ ചൊല്ലുന്നത്.”- വേറൊരാളിന്റെ നിരീക്ഷണം.

ചടങ്ങുകൾ തീരാറായപ്പോഴാണ് ഒരു വാൻ വന്നുനിന്നത്. അതിൽ ‘ബാലസുരക്ഷ’ എന്ന് വലുതായി എഴുതിയിരുന്നു. ‘അനാഥക്കുട്ടികളുടെ സംരക്ഷണത്തിന് ഉദാരമായി സംഭാവന ചെയ്യുക’ എന്ന് എഴുതിയിരിക്കുന്നതും ദൂരെനിന്നേ വായിക്കാം.

“കണ്ണനെ കൊണ്ടുപോകാൻ ലോനപ്പൻ ഏർപ്പാടാക്കിയതാണ്.”- ഒരാൾ പറഞ്ഞു.

വാനിലെ ഡ്രൈവറുടെ സീറ്റിൽനിന്ന് ഇറങ്ങിയത് വയസ്സായ ഒരാളായിരുന്നു. അടുത്ത ആൾ ചെറുപ്പക്കാരനാണ്. വൃദ്ധൻ സ്കൂളിൽ ബെല്ലടിക്കാൻ നില്ക്കുന്ന പാപ്പിയമ്മാവനാണെന്നേ തോന്നൂ.

അരമണിക്കൂറിനുള്ളിൽ ചടങ്ങുകൾ തീർന്നു. ആൾക്കൂട്ടത്തിലേറെപ്പേരും പിരിഞ്ഞുപോയി. ഞങ്ങളും അയൽക്കാരിൽ

ചിലരും ശേഷിച്ചു.

"മാഷേ, ഇത് ജോൺസൺ, ബാലസുരക്ഷ അനാഥാലയത്തിന്റെ ഡയറക്ടറാണ്."- ലോനപ്പൻ വൃദ്ധനെ അച്ഛന് പരിചയപ്പെടുത്തി. അടുത്തയാൾ മാനേജർ തങ്കച്ചൻ.

"രജിസ്ട്രേഷനൊക്കെ ഉണ്ടോ?"- അച്ഛൻ ചോദിച്ചു.

"അതൊന്നും പ്രശ്നമില്ല. ഉടൻ കിട്ടും"- ജോൺസൺ പറഞ്ഞു.

"എത്ര നാളായി നിങ്ങൾ ഈ സ്ഥാപനം തുടങ്ങിയിട്ട്?"- അച്ഛന്റെ ചോദ്യം വീണ്ടും.

"നേരത്തെ, ഞങ്ങൾ നടത്തിവന്ന സ്ഥാപനത്തിൽ പ്രശ്നങ്ങളുണ്ടായി. അതിനെ തുടർന്നാണ് ഈ സ്ഥാപനം തുടങ്ങിയത്. ഇതിപ്പോൾ ഒരു വർഷമാകാൻ പോകുന്നതേയുള്ളൂ. കുട്ടികളൊക്കെ ആവശ്യത്തിനുണ്ട്. രജിസ്ട്രേഷൻ നടപടികൾ ഉടൻ പൂർത്തിയാക്കും. രണ്ടുവർഷം കഴിഞ്ഞേ ഇത്തരത്തിലുള്ള സ്ഥാപനങ്ങൾക്ക് രജിസ്ട്രേഷൻ കൊടുക്കാവൂ എന്നാണ് നിയമം. അതിനാലാണ് രജിസ്ട്രേഷൻ വൈകുന്നത്."- മാനേജർ വിശദീകരിച്ചു.

"നിങ്ങൾ മുമ്പ് നടത്തിയിരുന്ന സ്ഥാപനം ഏതാ?" അച്ഛൻ ചോദിച്ചു.

"ദയ ചാരിറ്റബിൾ സൊസൈറ്റി"- ജോൺസൺ ശബ്ദം താഴ്ത്തി പറഞ്ഞു.

"നിങ്ങളുടെ പേരിലുള്ള കേസുകളൊക്കെ കഴിഞ്ഞോ?" അച്ഛന്റെ ചോദ്യം കേട്ടതും അവർ തലതാഴ്ത്തി നിന്നതേയുള്ളൂ.

"എന്താ കേട്ടില്ലെന്നുണ്ടോ?" അച്ഛൻ ഒച്ചയുയർത്തി. അച്ഛൻ ശബ്ദമുയർത്തുന്നത് അപൂർവ്വമാണ്.

"കേസുകൾ കോടതിയിൽ നടന്നുവരികയാണ്."- ജോൺസൺ പറഞ്ഞു.

"നിങ്ങൾ ഇപ്പോൾ ജാമ്യത്തിലാണ്, അല്ലേ? ആഴ്ചതോറും പൊലീസ് സ്റ്റേഷനിൽ ചെന്ന് ഒപ്പിടണമെന്നല്ലേ വ്യവസ്ഥ?"- അച്ഛന്റെ ആ ചോദ്യത്തിനും അവർ തലയാട്ടി.

"എന്നിട്ടും തട്ടിപ്പ് നിർത്താൻ വയ്യ, അല്ലേ? ഒരു കുറ്റത്തിന്

വിചാരണ നേരിടുന്നവർ അതേ കുറ്റം ചെയ്താലുള്ള ശിക്ഷ അറിയാമോ?"- അച്ചന്റെ ചോദ്യം കേട്ടതും ജോൺസന്റെ കൈ പിടിച്ച് തങ്കച്ചൻ ഓടി വാനിൽ കയറി. നിമിഷങ്ങൾക്കകം വാൻ കുതിച്ചു പാഞ്ഞു.

കാര്യങ്ങൾ വശക്കേടായി എന്ന് മനസ്സിലാക്കി പിന്നിലൂടെ വലിയാൻ ശ്രമിച്ച ലോനപ്പനെ കൂടിനിന്നവർ അതിനനുവദിച്ചില്ല.

"എന്താ മാഷേ, സംഭവം?"- അവരിലൊരാൾ ചോദിച്ചു.

"അനാഥക്കുട്ടികളെ സംരക്ഷിക്കാനെന്ന പേരിൽ സ്ഥാപനം നടത്തി കുട്ടികളെ അനധികൃതമായി വൻതുകയ്ക്ക് വില്ക്കലായിരുന്നു ഇവരുടെ പണി. പൊലീസ് അത് കണ്ടെത്തി കേസെടുത്തു. ഇവരുടെ സ്ഥാപനം അടച്ചുപൂട്ടി. ജയിലിൽനിന്ന് ഇവർ പുറത്തിറങ്ങിയിട്ട് അധികനാളായില്ല. അവയവക്കടത്തുകാർക്ക് ഇവർ കുട്ടികളെ വിറ്റുവോ എന്നറിയാനുള്ള അന്വേഷണം നടന്നുവരികയാണ്. പത്രങ്ങളിലൊക്കെ ഇവരുടെ പടവും വാർത്തയും വന്നത് കണ്ടില്ലേ?"

"ശരിയാണ്, അതാണ് അവരെ കണ്ടതും പരിചയം തോന്നിച്ചത്."- അവരിലൊരാൾ പറഞ്ഞു.

"ലോനപ്പാ, ഇത് പാവം കുട്ടിയല്ലേ? നമ്മൾ കുറച്ചുകൂടി കരുണ കാട്ടേണ്ടേ? നാളെ ആർക്കും സംഭവിക്കാവുന്നതാണ് അനാഥത്വം. അതിനെ സഹാനുഭൂതിയോടെ സമീപിക്കണം. ലോനപ്പന്റെ മോനാണ് ഈ സ്ഥാനത്തെങ്കിൽ ഇങ്ങനെ ചെയ്യുമായിരുന്നോ?"-അച്ചൻ ചോദിച്ചു.

"മാഷേ, എന്റെ നഷ്ടം എനിക്കേ അറിയൂ. വാടക കിട്ടിയിട്ട് മാസങ്ങളായി. അനാഥാലയം നോക്കാൻ പറഞ്ഞപ്പോൾ ഇക്കൂട്ടർ ഇങ്ങോട്ടുവന്നു, ഞാനത് സമ്മതിച്ചു."- ലോനപ്പന്റെ വാക്കുകളിൽ അപ്പോഴും ധാർഷ്ട്യം ബാക്കിയുണ്ടായിരുന്നു.

"അതിനെത്ര കിട്ടി"- എന്ന ചോദ്യത്തിന് അയാൾ മറുപടി പറഞ്ഞില്ല.

"ലോനപ്പാ, ഇവർ തരുന്ന മാസവാടകയായ 250 രൂപ കൊണ്ടല്ലല്ലോ താൻ ജീവിക്കുന്നത്? ഒന്നോ രണ്ടോ മാസം വാടക

മുടങ്ങിയിട്ടുണ്ടാകും. അല്ലെങ്കിൽ താൻ എന്നേ ഇവരെ ഇറക്കി വിട്ടേനെ. ഇക്കാര്യത്തിൽ താൻ വലിയൊരു കുറ്റമാണ് ചെയ്തത്. അത് തിരിച്ചറിയാത്ത സ്ഥിതിക്ക് പൊലീസ് വരട്ടെ. ഇനി അവർ തീരുമാനിക്കട്ടെ."- അത് കേട്ടതോടെ ലോനപ്പൻ വിരണ്ടു.

"മാഷേ, ഞാൻ ആരുടെ കാലുവേണോ പിടിക്കാം. ഇതൊരു പ്രശ്നമാക്കരുത്. അനാഥാലയത്തിന്റെ കാര്യം ഒന്നുരണ്ടു പേരോട് പറഞ്ഞിരുന്നു. അങ്ങനെയാണ് ഇക്കൂട്ടർ വന്നത്. 10,000 രൂപയും തരാമെന്ന് പറഞ്ഞു. മാഷേ, ഈ പയ്യന്റെ കാര്യത്തിൽ ഒരു പരിഹാരമുണ്ടാക്കിത്തരണം." പെട്ടെന്നുതന്നെ വിനീതനായി മാറിയ ലോനപ്പൻ അഭ്യർത്ഥിച്ചു.

"എന്തു പറയുന്നു?"- അച്ഛൻ ചോദിച്ചു.

ആരും ഒന്നും മിണ്ടിയില്ല. എല്ലാവരും അച്ഛന്റെ തീരുമാനം കാക്കുകയാണ്.

"കണ്ണാ, നിനക്കെടുക്കാനുള്ളതൊക്കെ എടുത്തോളൂ. എനിക്കിനി മക്കൾ മൂന്നാണ്."- അച്ഛൻ പറഞ്ഞത് അവിശ്വസനീയതയോടെയാണ് അവിടെനിന്നവർ കേട്ടത്. അത് യാഥാർത്ഥ്യമാണെന്ന് തിരിച്ചറിഞ്ഞപ്പോൾ അവരുടെ മുഖത്ത് ആദരത്തിന്റെ വിധേയത്വം പ്രകടമായി, എന്നാൽ, സദാ പ്രകാശം പരത്തുന്ന പുഞ്ചിരി തത്തിക്കളിക്കുന്ന അമ്മയുടെ മുഖം ഇരുണ്ടിരുന്നു. അത് നന്ദൻ ചേട്ടനിലേക്കും പകരുന്നുണ്ടോ എന്നെനിക്ക് തോന്നി. അതെന്താ അങ്ങനെയെന്ന് എത്ര ആലോചിച്ചിട്ടും എനിക്ക് മനസ്സിലായില്ല.

നാല്

"**മാ**ഷേ, ആ തീരുമാനം വേണ്ടായിരുന്നു."– വീട്ടിലെത്തി പത്രവായനയ്ക്കായി അച്ഛൻ ചാരുകസേരയിലേക്ക് ചാഞ്ഞതും അമ്മ പറഞ്ഞു.

കണ്ണനും നന്ദനും കമലയും ഒരുമിച്ച് സന്തോഷത്തോടെ കഴിയണമെന്നും ഇപ്പോൾ ഞങ്ങൾ ഉപയോഗിക്കുന്ന പഠനമുറി ഇനി മൂന്നുപേർക്കും കൂടി ഉള്ളതാണെന്നും തിരികെ വരുമ്പോൾ അച്ഛൻ പറഞ്ഞിരുന്നു. കണ്ണനുള്ള മേശയും കസേരയും വൈകുന്നേരം എത്തുമെന്നും അച്ഛൻ അറിയിച്ചു.

ചേട്ടനോടൊപ്പം കണ്ണൻ അകത്തുകയറി എന്നുറപ്പുവരുത്തിയശേഷം അച്ഛൻ പറഞ്ഞു: "കാര്യങ്ങൾ കുറേക്കൂടി മനുഷ്യത്വപരമായി കാണാൻ കഴിയണം. എല്ലാം സ്വാർത്ഥമായി മാത്രം ചിന്തിക്കരുത്. മരണം ആർക്കും എപ്പോൾ വേണമെങ്കിലും സംഭവിക്കാവുന്നതാണ്. അതോടെ അനാഥമാകുന്ന കുഞ്ഞിനെ തെരുവിലേക്ക് വലിച്ചെറിയാൻ എളുപ്പമാണ്. കണ്ണന്റെ മിടുക്ക് ശ്രദ്ധിച്ചില്ലേ? ആ മന്ത്രങ്ങളൊക്കെ എത്ര ഭംഗിയായാണവൻ ചൊല്ലിയത്? അങ്ങനെയൊരു കുഞ്ഞിനെ തെരുവിലേക്കിറക്കിവിട്ട് ഒരുപക്ഷേ, നാളെ ഗുണ്ടയോ മോഷ്ടാവോ ആയി മാറുമ്പോൾ അതിന്റെ ഉത്തരവാദിത്വത്തിൽനിന്ന് നമുക്കും ഒഴിഞ്ഞുമാറാനാവില്ല. നമുക്ക് ഒന്നോ രണ്ടോ കുട്ടികളെക്കൂടി പോറ്റാനുള്ള ശേഷി

യുണ്ടല്ലോ. അതിനുള്ള ഹൃദയവിശാലത പ്രകടിപ്പിച്ചേ മതിയാവൂ."

"മാഷേ, നമ്മൾ രണ്ടും മക്കളും ഉൾപ്പെടുന്ന നാലംഗ കുടുംബം. അതെന്റെ സ്വാർത്ഥതയായിരിക്കാം. എന്നാലും അതിലേക്ക് അന്യനായ ഒരാൾകൂടി കടന്നുവരുന്നത് എനിക്കുൾക്കൊള്ളാനാവുന്നില്ല." അമ്മ വാദിച്ചു.

"വിദ്യേ, ഞാൻ നേരത്തേ പറഞ്ഞല്ലോ, മരണം പലപ്പോഴും അപ്രതീക്ഷിതമാണ്. വിദ്യയുടെ കൊച്ചച്ഛൻ കഴിഞ്ഞ മാസമല്ലേ ഇടിമിന്നലേറ്റ് മരിച്ചത്? നമ്മുടെ അയൽപക്കത്തെ ചെറുപ്പക്കാരനായ രാജു ഓഫീസിൽ പോകാൻ തയ്യാറാവുമ്പോൾ കുഴഞ്ഞു വീണ് മരിക്കുകയായിരുന്നില്ലേ? ഏതുസമയത്തും എങ്ങനെയും എത്താവുന്നതാണ് മരണം. മരിച്ചവരുടെ കാര്യം മരണാനന്തര കർമ്മങ്ങൾ കഴിയുമ്പോൾ തീരും. ഒരു മരണം അനാഥമാക്കിയ ജീവിതത്തിന് സമൂഹത്തിന്റെ കൈത്താങ്ങ് എത്ര സഹായമായിരിക്കുമെന്നോ! ഇവിടെ, മിടുക്കനായ ഒരനാഥ ബാലൻ. അവന്റെ കാര്യത്തിൽ ഹൃദയവിശാലതയോടെ, അദ്ധ്യാപികയായ എന്റെ ഭാര്യക്ക് സമീപിക്കാനാവാത്തതിൽ എനിക്ക് ഖേദമുണ്ട്."

അമ്മ പിന്നീടപ്പോഴൊന്നും അതേപ്പറ്റി മിണ്ടിയില്ല. എന്തോ പറയാൻ വന്നതടക്കി അമ്മ അകത്തേക്ക് കയറിപ്പോയി.

വീട്ടിലേക്ക് കയറിയപ്പോഴും കണ്ണനിൽ അപരിചിതത്വം പ്രകടമായിരുന്നു. വിശാലവും വലുതുമായ ആ വീട്ടിൽ എന്തുചെയ്യണമെന്നറിയാതെ അവൻ പരുങ്ങി.

ചേട്ടൻ നേരെ അകത്തേക്കോടിയപ്പോൾ അച്ഛൻ തിരികെ വിളിച്ചു: "മോനേ, ഈ മൂന്നുപേരിൽ മൂത്ത ആൾ നന്ദനല്ലേ? വീട്ടിൽ ഒരാൾ പുതിയതായി വരുമ്പോൾ അയാൾക്ക് എവിടെ എന്താണ് എന്നൊന്നും അറിയണമെന്നില്ല. അത് മനസ്സിലാക്കി പെരുമാറേണ്ടത് നന്ദനല്ലേ? മൂത്ത ആൾ എന്ന നിലയിൽ കണ്ണന് ഈ വീട് പരിചയപ്പെടുത്തിക്കൊടുക്കേണ്ട ചുമതല മോനാണ്. കണ്ണനെ വിളിച്ച് നിങ്ങളുടെ മുറിയിലേക്ക് കൊണ്ടുപൊയ്ക്കോളൂ. കണ്ണന്റെ പുസ്തകങ്ങളും വസ്ത്രങ്ങളും അടങ്ങിയ സഞ്ചി നിങ്ങളുടെ പഠനമുറിയിലെ മേശയ്ക്കടുത്ത് വച്ചാൽ മതി."

മനസ്സില്ലാമനസ്സോടെ, അച്ഛനെ ധിക്കരിക്കാനാവാത്തതിനാൽ ചേട്ടൻ തിരികെവന്ന് കണ്ണനെ അകത്തേക്ക് കൂട്ടിക്കൊണ്ടുപോയി.

അതിന് ശേഷമായിരുന്നു അമ്മ എതിർപ്പ് പ്രകടിപ്പിച്ചത്. അമ്മയും അകത്തുപോയപ്പോൾ അച്ഛന്റെ അടുത്ത് ശേഷിച്ചത് ഞാനാണ്.

"മോൾക്കും കണ്ണനോട് ശത്രുതയാണോ?"- അച്ഛൻ ചോദിച്ചു. ഇല്ലെന്ന് ഞാൻ തലയാട്ടി.

"കണ്ണൻ ഇനി മോളുടെ കൂട്ടുകാരനാവണം. മോൾക്കറിയാമല്ലോ കണ്ണന്റെ അവസ്ഥ? മോൾക്ക് ഇപ്പോൾ അച്ഛനും അമ്മയും ചേട്ടനും ഒക്കെയുണ്ട്. മുമ്പ് കണ്ണനും അച്ഛനും അമ്മയും ഉണ്ടായിരുന്നു. ഇപ്പോൾ ആരുമില്ല. അത് അവനുമറിയാം. ആരുമില്ലെന്ന തോന്നൽ അവനിലുണ്ടാക്കാതെ സ്നേഹത്തോടെ ഇടപെടണം."- അച്ഛന്റെ ആ നിർദ്ദേശം സന്തോഷത്തോടെ ഞാൻ അംഗീകരിച്ചു.

അടുത്തദിവസം സ്കൂളിന് ജില്ലാ കളക്ടർ പ്രഖ്യാപിച്ച അവധിയായിരുന്നു. ആ അവധിക്ക് ഒരു പ്രത്യേകതയുണ്ട്. സർക്കാർ പ്രഖ്യാപിക്കുന്ന അവധികൾക്ക് ജീവനക്കാർ ഉൾപ്പെടെ ആരും സ്കൂളിൽ വരേണ്ട ആവശ്യമില്ല. കളക്ടർ പ്രഖ്യാപിക്കുന്ന അവധി വിദ്യാർത്ഥികൾക്കേ സാധാരണഗതിയിൽ ബാധകമാവാറുള്ളൂ. വിദ്യാർത്ഥികൾക്ക് അവധിയാണെങ്കിലും അദ്ധ്യാപകരും മറ്റ് ജീവനക്കാരും ഇത്തരം ദിവസങ്ങളിൽ സ്കൂളിൽ വരേണ്ടിവരും. അതുകൊണ്ട് കണ്ണന്റെ ടി സി വാങ്ങാൻ അച്ഛനും കണ്ണനും കൂടി പോകാനിറങ്ങിയപ്പോൾ ഞാനും ഒപ്പം കൂടി.

അച്ഛൻതന്നെയാണ് കാർ ഓടിച്ചത്. കണ്ണൻ പഠിച്ച സ്കൂളിൽ എത്തി അച്ഛൻ കാറിന്റെ ഡോർ തുറന്നതും അവിടത്തെ ഹെഡ്മാസ്റ്റർ കൈകൂപ്പി പുറത്തേക്ക് വന്ന് ഞങ്ങളെ സ്വീകരിച്ചു.

"വരണം മാഷേ, കണ്ണനെ മാഷ് ഏറ്റെടുത്തു, അല്ലേ? നന്നായി" - അദ്ദേഹം പറഞ്ഞു.

"ഓ, അതിത്ര വേഗം അറിഞ്ഞോ?"- അച്ഛൻ ആശ്ചര്യപ്പെട്ടു.

"ചീത്ത കാര്യങ്ങൾ മാത്രമല്ല മാഷേ, നല്ലതും വളരെപ്പെട്ടെന്ന് പ്രചരിക്കുന്നുണ്ട്"- ഹെഡ്മാസ്റ്റർ മറുപടി നല്കി.

"കണ്ണനെ ഇവിടെത്തന്നെ തുടർന്ന് പഠിപ്പിക്കുന്നതിൽ എനിക്കൊരു വിരോധവുമില്ല. രാവിലെ അവനെ കൊണ്ടുവരാനും വൈകിട്ട് തിരിച്ചുകൊണ്ടുപോവാനും സംവിധാനം ഏർപ്പെടുത്തേണ്ടിവരും. ഇപ്പോഴത്തെ സാഹചര്യത്തിൽ അതത്ര എളുപ്പമല്ലല്ലോ."

"ശ്രമിച്ചാൽ മിടുക്കനാവാൻ കഴിയുന്ന കുട്ടിയാണ് കണ്ണൻ. സ്കൂളിൽ പതിവായി വരാറില്ല. കണ്ണന്റെ അച്ഛൻ മുമ്പ് ഇവിടെ അടുത്ത് ജോലി ചെയ്തിരുന്നപ്പോൾ കൃത്യമായി വന്നിരുന്നു. ഇവിടെ നിന്ന് താമസം മാറിയപ്പോൾ ദൂരം പ്രശ്നമായി. ഞാൻ അന്നേ മുനിയമ്മയോട് പറഞ്ഞതാണ് മാഷിനെ വന്നുകാണാൻ. അപ്പോഴേക്കും അവർക്കും അസുഖമായി. കുട്ടിയെ കൊണ്ടുവരാൻ അവർക്ക് നിവൃത്തിയില്ലെന്നറിഞ്ഞതിനാലും ആദിവാസി വിഭാഗത്തിൽപ്പെട്ട കുട്ടിയായതിനാലുമാണ് പേര് വെട്ടാത്തത്. ആദിവാസി കുട്ടികൾക്കുള്ള ആനുകൂല്യങ്ങൾ കിട്ടുന്നതിനാലാണ് കഞ്ഞികുടിച്ച് ഇരുവരും കഴിഞ്ഞിരുന്നതെന്ന് പിന്നീടാണ് അറിഞ്ഞത്. ഞങ്ങൾ അദ്ധ്യാപകർ ചെറിയ തുക സമാഹരിച്ച് നല്കി. സർക്കാരിൽനിന്നുള്ള ആനുകൂല്യങ്ങൾ മുഴുവൻ വാങ്ങി ഞങ്ങൾ അവർ താമസിക്കുന്നിടത്ത് കൊണ്ടുപോയിക്കൊടുത്തിരുന്നു."- ഹെഡ്മാസ്റ്റർ വിശദീകരിച്ചു.

"നിങ്ങൾ ചെയ്തത് വളരെ മനുഷ്യത്വപരമായ നല്ല കാര്യമാണ്. ഇതൊന്നും സർക്കാർ ഉദ്യോഗസ്ഥർ ചെയ്യേണ്ട എന്നുവച്ച് വേണമെങ്കിൽ നിങ്ങൾക്ക് മാറിനില്ക്കാമായിരുന്നു. മനുഷ്യത്വവും ദയയും കാരുണ്യവുമൊക്കെ പഠിപ്പിക്കുന്നവർ മാതൃക കാട്ടിയത് ഉചിതമായി."- അച്ഛൻ അവരെ അഭിനന്ദിച്ചു.

ചീത്ത കാര്യങ്ങൾക്ക് ഒരാളിനെ വഴക്കു പറയാം, പക്ഷേ, അതിനെക്കാൾ പ്രധാനമാണ് അയാൾ ചെയ്ത നല്ലതിനെ അഭിനന്ദിക്കുക എന്നത്. നല്ലത് വീണ്ടും ചെയ്യാനുള്ള പ്രേരണയാണ് ഇതിലൂടെ കിട്ടുക. ചീത്ത പറയാൻ കിട്ടുന്ന ഒരവസരവും പാഴാക്കാതെ നല്ലതു കണ്ടാൽ അത് കണ്ടില്ലെന്ന് കരുതി പോകുന്ന

വരാണ് ഏറെപ്പേരും. ആദ്യം നമുക്ക് നമ്മളങ്ങനെ അല്ലെന്ന് കാട്ടിക്കൊടുക്കാം- മുമ്പൊരു ദിവസം അച്ഛൻ സ്കൂൾ അസംബ്ലിയിൽ പറഞ്ഞതാണ് എനിക്കു പെട്ടെന്നോർമ്മ വന്നത്.

ടി സി ഉടൻ കിട്ടി. ട്രാൻസ്ഫർ സർട്ടിഫിക്കറ്റ് എന്നതിനെയാണ് ടി സി എന്ന് ചുരുക്കിപ്പറയുന്നതെന്ന് അച്ഛൻ പറഞ്ഞുതന്നിരുന്നു.

അന്ന് വൈകുന്നേരം കണ്ണന് മേശ, കസേര, കട്ടിൽ എന്നിവ എത്തി. തലേന്ന് ചേട്ടന്റെ കട്ടിലിലാണ് കണ്ണൻ കിടന്നത്. സ്കൂൾ യൂണിഫോമും വൈകുന്നേരം കിട്ടി.

പിറ്റേന്ന് രാവിലെ എല്ലാവരും ഒരുമിച്ചാണ് സ്കൂളിലേക്ക് പോയത്. കണ്ണൻ അഞ്ച് എയിലാണ്. ഞാനും അതേ ക്ലാസിലാണ്.

വീട്ടിൽനിന്ന് ഞങ്ങൾ സ്കൂളിലെത്തിയതും കുറച്ച് കുട്ടികളും രക്ഷാകർത്താക്കളും അച്ഛന്റെ മുറിക്ക് മുന്നിൽ കാത്തുനില്പ്പുണ്ടായിരുന്നു. അക്കൂട്ടത്തിൽ ഞങ്ങളുടെ ക്ലാസ് ലീഡർ ആദർശിനെയും അച്ഛനെയും എനിക്ക് നന്നായറിയാം. പി ടി എ പ്രസിഡന്റ് സ്വാമി അമ്മാവനുമുണ്ടല്ലോ. കൃഷ്ണസ്വാമി എന്ന് മുഴുവൻപേരുള്ള അമ്മാവൻ ബാങ്കിലെ മാനേജരാണ്.

"ഒരു മുന്നറിയിപ്പുമില്ലാതെ ഇതെന്താ എല്ലാവരുംകൂടി വന്നത്? വരൂ, അകത്തേക്കിരിക്കാം."- അച്ഛൻ മുറിയിലേക്ക് അവരെ ക്ഷണിച്ചു. രക്ഷാകർത്താക്കളിൽ കുറേപ്പേർ അകത്തു കയറി അച്ഛനഭിമുഖമായി നിരത്തിയിട്ടിരുന്ന കസേരകളിൽ ഇരുന്നു.

"മാഷേ, ഒരു ആദിവാസിക്ക് ഇവിടെ അഡ്മിഷൻ കൊടുത്തു എന്നു കേട്ടു. സർക്കാർ സ്കൂൾ പോരേ അവർക്ക്?" - സ്വാമിയങ്കിളിന്റേതാണ് ചോദ്യം.

"കേട്ടത് ശരിയാണ്."- അച്ഛൻ ചിരിച്ചുകൊണ്ടാണ് മറുപടി നല്കിയത്.

"അഞ്ച് എയിൽ അവന് അഡ്മിഷൻ കൊടുത്തു എന്നാണ് കേട്ടത്. അത് ശരിയാണെങ്കിൽ ഒന്നുകിൽ അവനെ ഡിവിഷൻ മാറ്റണം. അല്ലെങ്കിൽ ആദർശിന്റെ ഡിവിഷൻ മാറ്റണം. എന്റെ

മകനെ ആദിവാസികൾക്കൊപ്പമിരുത്തേണ്ട ഗതികേട് എനിക്കുണ്ടായിട്ടില്ല."- ആദർശിന്റെ അച്ഛൻ കേശവൻ നമ്പൂതിരി ക്ഷുഭിതനായി.

"എന്റെ മുന്നിൽ വിദ്യാർത്ഥികളേയുള്ളൂ. അവരെ ഞാൻ ജാതിയും മതവും നോക്കിയല്ല പഠിപ്പിക്കുന്നത്. ഇവിടെ ഏതു കുട്ടി ഏത് ഡിവിഷനിൽ പഠിക്കണമെന്ന് തീരുമാനിക്കുന്നത് സ്കൂൾ ഹെഡ്മാസ്റ്ററും അദ്ധ്യാപകരുമാണ്. അതിൽ എന്തെങ്കിലും മാറ്റം വരുത്താൻ തല്ക്കാലം ഉദ്ദേശിക്കുന്നില്ല. ഇന്ന് നിങ്ങൾവന്ന് ഒരു കുട്ടിവന്നതിന്റെ പേരിൽ നിങ്ങളുടെ മകനെ ഡിവിഷൻ മാറ്റാൻ ആവശ്യപ്പെടുന്നു. നാളെ നിങ്ങളുടെ മകനോടൊപ്പം പഠിക്കുന്നത് ഗതികേടാണെന്നും ഡിവിഷൻ മാറ്റണമെന്നും മറ്റൊരാൾ ആവശ്യപ്പെട്ടാലോ?"- അച്ഛൻ ചോദിച്ചു.

"ഞങ്ങൾ ഇപ്പോഴും ആചാരങ്ങളും അനുഷ്ഠാനങ്ങളും വിട്ടുവീഴ്ചയില്ലാതെ പാലിക്കുന്നവരാണ്. ശുദ്ധിയും വൃത്തിയും പരമപ്രധാനമാണ്. അക്കാര്യത്തിൽ ഞാനൊരു വിട്ടുവീഴ്ചയ്ക്കുമില്ല."- കേശവൻ നമ്പൂതിരി പറഞ്ഞു.

"നിങ്ങൾ പൂജ നടത്തുന്ന മന്ത്രങ്ങൾ അർത്ഥം മനസ്സിലാക്കി ചൊല്ലിയിരുന്നെങ്കിൽ ഇങ്ങനെ പറയില്ലായിരുന്നു. അമ്പലത്തിലെ പൂജ കഴിഞ്ഞ് നിങ്ങൾ പോകുന്നത് സർക്കാരാപ്പീസിലെ ഗുമസ്തപ്പണിക്കല്ലേ? അവിടെ നിങ്ങളുടെ മേലധികാരിയും വകുപ്പദ്ധ്യക്ഷനും മന്ത്രിയും പട്ടികജാതിക്കാരനല്ലേ? അവിടെ ഈ അനുഷ്ഠാനവും ആചാരവും വൃത്തിയും ശുദ്ധിയുമൊന്നുമില്ലേ? അവിടെ ഈ വാദവുമായി ചെന്നാൽ വീട്ടിൽ ചെന്നിരിക്കേണ്ടിവരും. നിങ്ങളൊക്കെ ഏത് നൂറ്റാണ്ടിലാ ജീവിക്കുന്നത്? ഏതിനും ഈ സ്കൂളിൽ ഓരോ മതത്തിലുമുള്ളവർക്ക് ഓരോ ക്ലാസ് എന്നത് നടപ്പില്ല. നിലവിലുള്ള രീതിയിൽ ഒരു മാറ്റവുമില്ല. അതിൽ എന്തെങ്കിലും ബുദ്ധിമുട്ടുള്ളവർക്ക് എന്ത് തീരുമാനവുമെടുക്കാം. ടി സി വേണമെന്നുള്ളവർ ഓഫീസ് മാനേജരെ കണ്ടാൽ മതി. ഒരുമണിക്കൂറിനുള്ളിൽ അത് നല്കാൻ ഏർപ്പാടുണ്ടാക്കാം. ഒരു ഫൈനും ഒടുക്കാതെ ടി സി നല്കാം."- അച്ഛനും വിട്ടുകൊടുത്തില്ല.

"ഇതിൽ ഒരൊത്തുതീർപ്പ്..." സ്വാമിയങ്കിൾ അഭ്യർത്ഥിച്ചു.

"കൃഷ്ണസ്വാമീ, ചില കാര്യങ്ങളിൽ വ്യക്തമായ നിലപാടുള്ള ആളാണ് ഞാനെന്ന് നിങ്ങൾക്കറിയാമല്ലോ. അതിൽ ഒരു വിട്ടുവീഴ്ചയ്ക്കും ഞാനില്ല. വിദ്യാർത്ഥികളെ ജാതിതിരിച്ച് ക്ലാസിലിരുത്തുക എന്നത് ആലോചിക്കാനേ പറ്റാത്ത കാര്യമാണ്. അങ്ങനെ വേണമെന്നുള്ളവർ വേറെ സ്കൂളിൽ പോകട്ടെ."- അച്ഛന്റെ കർശനമായ നിലപാടിന് മുന്നിൽ സ്വാമിയങ്കിൾ നിശ്ശബ്ദനായി. അപ്പോഴാണ് ഞാൻ അമ്മയുടെ മുഖം ശ്രദ്ധിച്ചത്. അത് ഇരുണ്ടിരിക്കുകയാണ്...

"പാപ്പീ, ബെല്ലടിക്ക്..."- അച്ഛൻ നിർദ്ദേശിച്ചു.

അഞ്ച്

കണ്ണൻകൂടി വന്നതോടെ പ്രഭാത നടത്തയ്ക്കിടെ ചർച്ചചെയ്യാൻ പുതിയ വിഷയങ്ങൾ കിട്ടി. മിക്കപ്പോഴും കണ്ണനും അവന്റെ ജീവിത സാഹചര്യങ്ങളുമാണ് വിശദീകരിക്കപ്പെട്ടത്.

വയനാട്ടിലെ ഉൾക്കാട്ടിലെവിടെയോ ആണ് കണ്ണന്റ് ഊര്. കൃത്യമായി അറിയില്ല. ചുവന്ന ബസ്സിൽ മാറിമാറിക്കയറിപ്പോവണം. ബസ്സിറങ്ങി മൂന്നോ നാലോ ജീപ്പിൽ കയറി ഓരോ സ്ഥലത്തിറങ്ങി പിന്നെ ഒരുപാട് നടക്കുകയും വേണം. ഇതിനിടയിൽ നദി താണ്ടണമെന്നും അവൻ ഓർത്തു. അത് കബനീ നദി ആവാനാണ് സാദ്ധ്യതയെന്ന് അച്ഛൻ പറഞ്ഞു.

വേനലവധിക്ക് സ്കൂൾ അടയ്ക്കുമ്പോൾ ഊരിൽപോയി രണ്ടുമാസത്തോളം നില്ക്കുമായിരുന്നു. അച്ഛന്റെയും അമ്മയുടെയും മാതാപിതാക്കൾ മരിച്ചുപോയി. ഇരുവർക്കും സഹോദരങ്ങളില്ല. ഊരിൽ പനയോല മേഞ്ഞ, ചാണകം മെഴുകിയ വീടുണ്ട്.

അമ്പെയ്യാനും വില്ലുണ്ടാക്കാനും കണ്ണനറിയാം. അവന്റെ പോക്കറ്റിൽ എപ്പോഴും തെറ്റാടിയുണ്ടെന്ന് കണ്ടെത്തിയത് ക്ലാസിലെ ഹരിഗോവിന്ദനാണ്. ഇംഗ്ലീഷിലെ 'വൈ' എന്ന അക്ഷരംപോലുള്ള കമ്പിന്റെ അറ്റത്ത് റബ്ബർനാട ചുറ്റിയതാണ് തെറ്റാടിയെന്ന് ഞങ്ങളിലേറെപ്പേരും മനസ്സിലാക്കിയത് അന്നാ

യിരുന്നു. ഇന്റർവെൽ സമയത്ത് മൈതാനത്ത് പോയി തെറ്റാടിയിൽ കല്ല് തൊടുത്ത് കണ്ണൻ കാണിച്ചുതന്നു. അങ്ങ് ദൂരെയുള്ള മൂവാണ്ടൻ മാവിന്റെ കൊമ്പിലെ കണ്ണിമാങ്ങാ ഞെട്ടിൽ അത് കൊണ്ടു. കുട്ടികൾക്ക് അന്നത്തെ ആ അത്ഭുതം ഓർക്കാൻ കണ്ണിമാങ്ങയുടെ പുളിപ്പും കൂട്ടിനുണ്ടായിരുന്നു.

പിറ്റേന്ന് രാവിലെ നടത്തയ്ക്കിടയിൽ ഞാനാണ് തെറ്റാടിക്കാര്യം എടുത്തിട്ടത്.

“ഇപ്പോഴും തെറ്റാടി കൈയിലുണ്ടോ കണ്ണാ?”- അച്ഛൻ ചോദിച്ചു.

വഴക്കുകേൾക്കേണ്ടിവരുമോ എന്ന പേടിയോടെ കണ്ണൻ നിക്കറിന്റെ കീശയിൽനിന്ന് തെറ്റാടി എടുത്ത് അച്ഛന് കൈമാറി. അച്ഛൻ അത് വാങ്ങി തിരിച്ചും മറിച്ചും നോക്കിയശേഷം അമ്മയുടെ കൈയിൽ കൊടുത്തെങ്കിലും “ഞാൻ കണ്ടു” എന്നു പറഞ്ഞ് അത് വാങ്ങിയില്ല. അമ്മയ്ക്ക് കണ്ണനോടുള്ള അതൃപ്തി ഇതിനോടകം പല രീതിയിൽ പ്രകടമായെങ്കിലും അവൻ ഒരു പരാതിയുമില്ലാതെ ഇതൊക്കെ നിശ്ശബ്ദം സഹിക്കുകയായിരുന്നു. ചേട്ടനും അച്ഛൻ അടുത്തില്ലാത്തപ്പോഴൊക്കെ അവനെ ഉപദ്രവിക്കാൻ ശ്രമിക്കുന്നത് പലതവണ കണ്ടെങ്കിലും അമ്മ ഒന്നും മിണ്ടിയില്ല. അമ്മയുടെ മൗനസമ്മതത്തോടെയാണിതെന്ന് എനിക്ക് സംശയം തോന്നി.

തെറ്റാടി ചേട്ടന്റെ കൈയിൽ കൊടുത്ത ശേഷം അച്ഛൻ നിർദ്ദേശിച്ചു: “മോൻ ഒരു കല്ലെടുത്ത് ഉന്നം നോക്ക്.”

“അതിന്റെ കുറവേയുള്ളൂ. വേണമെങ്കിൽ നായാടിയുമാക്കാം.”- അമ്മ ദേഷ്യപ്പെട്ടു.

“വിദ്യേ...”- അച്ഛന്റെ ഒച്ച കനത്തതോടെ അമ്മ നിശ്ശബ്ദയായി.

ചേട്ടൻ ഒരു കല്ലെടുത്ത് തെറ്റാടിയിൽ വച്ച് ഉന്നം നോക്കി റബ്ബർനാട വലിച്ചുവിട്ടു. അല്പമകലെ കല്ല് തെറിച്ചുവീണു. ഞാനും ഒരു കല്ലെടുത്ത് തെറ്റാടിയിൽവച്ച് വലിച്ചുവിടാൻ നേരം കണ്ണൻ തടഞ്ഞു. കല്ല് ശരിയാംവിധം തെറ്റാടിയിൽ വയ്ക്കുന്നത് അവൻ കാട്ടിത്തന്നു. ചേട്ടൻ അതുപോലെ ചെയ്തപ്പോൾ കല്ല്

കുറേദൂരം പാഞ്ഞതോടെ അവൻ ആവേശഭരിതനായി.

"കണ്ണൻ ഒരു കല്ല് വിട്ടേ"- അച്ഛൻ നിർദ്ദേശിച്ചു.

കണ്ണൻ വലിച്ചുവിട്ട കല്ല് ഉയർന്നുയർന്ന് ഒരുപാട് ദൂരെ പോയി വീണത് അമ്മ അവിശ്വസനീയതയോടെയാണ് നോക്കിക്കണ്ടത്. അച്ഛൻ കൈയടിച്ചപ്പോൾ ഞങ്ങളും അതിൽ പങ്കുകൊണ്ടു, അമ്മ ഒഴികെ.

"ആ കാക്കയെ എറിഞ്ഞിടാമോ?"- അച്ഛൻ ചോദിച്ചു.

പറ്റില്ലെന്ന് തലയാട്ടിക്കൊണ്ട് കണ്ണൻ പറഞ്ഞു: "അനാവശ്യമായി ഒരു ജീവിയേയും ദ്രോഹിക്കരുതെന്നാണ് അച്ഛൻ പറഞ്ഞു തന്നിട്ടുള്ളത്."

"അത് വലിയൊരു പാഠമാണ്. മോൻ ഒരിക്കലും അത് മറക്കരുത്. മാഷ് ആ പാഠം കുറച്ചുനേരത്തേക്ക് മറന്നുപോയി."- അച്ഛൻ പറഞ്ഞു.

"ഇതെന്തിനാ എപ്പോഴും കൊണ്ടുനടക്കുന്നത്?"- ചേട്ടൻ ചോദിച്ചു.

"ഇത് സ്വരക്ഷയ്ക്ക് ഉപകരിക്കുമെന്ന് ഊര് ദൈവം പറഞ്ഞു. എപ്പോഴും ഇത് ഒപ്പം കരുതണമെന്നും ദൈവം അരുളിച്ചെയ്തു."- ഭക്തിയോടെയാണ് അവൻ അക്കാര്യം പറഞ്ഞത്.

"ഊര് ദൈവമോ, അതാരാ കണ്ണാ?"- അച്ഛൻ ചോദിച്ചു.

"നാലുവയസ്സുള്ളപ്പോൾ ഊര് മൂപ്പനാണ് തെറ്റാടി ഉണ്ടാക്കാനും ഉപയോഗിക്കാനും പഠിപ്പിച്ചത്. ഊര് മൂപ്പനാണ് ആ ഊരിലെ രാജാവ്. മുത്തച്ഛന്റെ ചങ്ങാതിയായിരുന്നു മൂപ്പൻ. കാവിലെ ഉത്സവത്തിന് പൂജാരി ഉറഞ്ഞുതുള്ളും. ഊരുദൈവം അനുഗ്രഹിക്കുമ്പോഴാണ് പൂജാരി പട്ടുടുത്ത് തുള്ളുന്നത്. ആ ദൈവമാണ് തെറ്റാടി എപ്പോഴും കൈയിൽ കരുതണമെന്ന് പറഞ്ഞത്. കഷ്ടകാലം വരുന്നു, അത് താണ്ടാൻ ദൈവം തുണയ്ക്കും എന്നും പറഞ്ഞു..." - അപ്പോൾ അവന് കരച്ചിൽ വരുന്നുണ്ടായിരുന്നു.

എതിർദിശയിൽനിന്നുള്ള സ്കൂട്ടറിൽ കേശവൻ നമ്പൂതിരിയും ആദർശും കടന്നുപോയി. ഞങ്ങളെ കണ്ടിട്ടും കാണാത്ത മട്ടിലാണവർ പോയത്.

"നമ്പൂതിരി പൂജകഴിഞ്ഞ് പോവുകയാണല്ലോ. സ്കൂൾ മാറിയതുകൊണ്ടാവും നമ്മളെ കണ്ടിട്ടും കാണാതെ പോയത്. ആദർശ് മിടുക്കനായിരുന്നു..."- അമ്മ പറഞ്ഞു.

"വിദ്യേ, അവർ ചെയ്തത് തെറ്റാണെന്ന് അവരെ കാലം ബോദ്ധ്യപ്പെടുത്തും എന്നാണെന്റെ വിശ്വാസം. ജാതിയുടെയും മതത്തിന്റെയും പേരിൽ എന്തെങ്കിലും ഭേദം കാട്ടാൻ പാടില്ല. കണ്ണൻ ആദിവാസിയാണ്. അതായത് പട്ടികവർഗ്ഗ വിഭാഗം. അത്തരക്കാരിലെ ഒരു വിദ്യാർത്ഥിയെ പ്രവേശിപ്പിച്ചതിന്റേപേരിൽ ഒരു നമ്പൂതിരിക്കുട്ടിയെ ക്ലാസ് മാറ്റുന്നു എന്നത് ഗുരുതരമായ തെറ്റും കുറ്റവുമാണ്. നിലവിലുള്ള നിയമമനുസരിച്ച് ക്രിമിനൽ കേസെടുക്കാവുന്ന കുറ്റം. ആദർശ് മിടുക്കനാണെങ്കിൽ ആ കുട്ടിക്കായിരിക്കും അവന്റെ അച്ഛൻ ചെയ്ത കുറ്റം ആദ്യം മനസ്സിലാവുക."- അച്ഛൻ വിശദീകരിച്ചു.

"പൗർണ്ണമി പൂജയുടെ നേർച്ച നടത്തിക്കാൻ മുമ്പ് നമ്പൂതിരി കൃത്യമായി ഓർമ്മിപ്പിച്ച് വേണ്ടതൊക്കെ ഒരുക്കുമായിരുന്നു. ഇനി അതൊക്കെ നമ്മൾ ഓർത്തുവച്ച് ചെയ്യേണ്ടേ?"- അമ്മയുടെ വിഷമം.

"അപ്പോൾ അതാണ് കാര്യം. ദൈവത്തിന്റെയും പൂജയുടെയും കാര്യത്തിൽപോലും നമ്മൾ എളുപ്പവഴി നോക്കുന്നു. ഒരു പൂജ അല്ലെങ്കിൽ വ്രതം - അതൊക്കെ ചെയ്യുന്നെങ്കിൽ അതിന്റേതായ നിഷ്ഠയോടെ ചെയ്യണം. എന്തുചെയ്യുമ്പോഴും അത് നൂറ് ശതമാനം ആത്മാർത്ഥതയോടെ വേണം. പഠിക്കുന്നതിലും പഠിപ്പിക്കുന്നതിലും കളിയിലും ഇത് ബാധകമാണ്. പഠിക്കുമ്പോൾ നന്നായി പഠിക്കണം, കളിക്കുമ്പോൾ നന്നായി കളിക്കണം. അങ്ങനെ സ്വയം മുഴുകി ചെയ്യുന്ന കാര്യങ്ങൾ വിജയിക്കും. അതിനെ ദൈവാനുഗ്രഹമെന്നോ വരദാനമെന്നോ ഒക്കെ വിളിക്കാം."- അച്ഛൻ വ്യക്തമാക്കി.

"ആദർശ് പൂജ പഠിക്കുകയാണ്. അതാണ് അച്ഛനോടൊപ്പം അവനും ഇപ്പോൾ പതിവായി അമ്പലത്തിൽ വരുന്നത്."- ഞാൻ പറഞ്ഞു.

"അതെത്ര നാളായി?"- അച്ഛൻ ചോദിച്ചു.

“ഒരു വർഷമാവും. ഉണ്ണി നമ്പൂതിരിയെന്നാണ് ആദർശിനെ എല്ലാപേരും വിളിക്കുന്നത്. കേശവൻ നമ്പൂതിരിക്ക് ഇപ്പോൾ സ്ഥലം മാറ്റമാണ്. മുമ്പ് നമ്മുടെ സ്കൂൾബസ് രാവിലെ 8.45 ന് എത്തും. വൈകിട്ട് നാലേകാലിന് തിരിച്ചെത്തും. ആര്യൻ സ്കൂളിന് അതു വഴി സ്കൂൾ ബസില്ല. അതിനാൽ രാവിലെ ഏഴരയ്ക്ക് വീട്ടിൽനിന്നിറങ്ങണം, സന്ധ്യക്ക് തൊട്ടുമുമ്പായി എത്തിച്ചേരും. അമ്പലത്തിൽനിന്ന് ഇരുവരും നേരത്തെ പോകാൻ കാരണവും അതാണ്”- അമ്മ പറഞ്ഞു.

“കേശവൻ നമ്പൂതിരിക്ക് മകനെ പഠിപ്പിക്കുകയും കോവിലിൽ പോവുകയും ചെയ്യുന്നതിനപ്പുറം പൂജകളുടെ ആദ്ധ്യാത്മികതയെക്കുറിച്ചറിയില്ല. അയാളിൽനിന്നല്ലാതെ മകന് അവയുടെയൊക്കെ അർത്ഥം ഗ്രഹിക്കാൻ കഴിയട്ടെ. നിങ്ങളും കാണാപ്പാഠം പഠിക്കുന്നവരാവരുത്. അർത്ഥം മനസ്സിലാക്കി പഠിക്കണം. അറിവ് അർത്ഥം മനസ്സിലാക്കാൻ മാത്രമല്ല, ബുദ്ധിവികാസത്തിന് കൂടിയാണ്. അങ്ങനെ ആയാലേ മനസ്സും ചിന്തയും വളരൂ.”- അച്ഛൻ പറഞ്ഞു. അത് പൂർണ്ണ അർത്ഥത്തിൽ മനസ്സിലായത് കണ്ണനാണെന്ന് അവന്റെ തലയാട്ടൽ കണ്ടപ്പോൾ എനിക്ക് ബോദ്ധ്യമായി.

ആറ്

ജില്ലാതല സ്കൂൾ കായികമേളയ്ക്കുള്ള ഒരുക്കങ്ങൾ പൂർത്തിയായി. ടൗൺ സ്കൂളിന്റെ മൈതാനത്താണ് മത്സരങ്ങൾ നടക്കുന്നത്.

ജില്ലാ സ്കൂൾ യുവജനോത്സവത്തിൽ വർഷങ്ങളായി കിരീടം ഞങ്ങളുടെ സ്കൂളിനാണ്. ഇത്തവണ പദ്യപാരായണത്തിന് കണ്ണനാണ് ഒന്നാം സ്ഥാനം കിട്ടിയത്. വയലാർ രാമവർമ്മയുടെ 'ആത്മാവിൽ ഒരു ചിത' എന്ന കവിത ഹൃദ്യമായി ആലപിക്കുന്നത് കേട്ടപ്പോൾ എനിക്ക് കരച്ചിൽ വന്നു. കഴിഞ്ഞ തവണ ഈ ഇനത്തിൽ ഒന്നാംസ്ഥാനം ഞങ്ങളുടെ സ്കൂളിലെ ആദർശിനായിരുന്നു. ഇത്തവണ ആര്യൻ സ്കൂളിനുവേണ്ടി മത്സരിച്ച ആദർശ് രണ്ടാം സ്ഥാനത്തേക്ക് പിന്തള്ളപ്പെട്ടപ്പോൾ അത് മധുരപ്രതികാരമായാണ് എനിക്ക് തോന്നിയത്.

പ്രസംഗത്തിൽ ചേട്ടനും നാടോടിനൃത്തത്തിൽ എനിക്കുമായിരുന്നു ഒന്നാം സമ്മാനം. കഴിഞ്ഞ തവണയും ഈയിനങ്ങളിൽ ഞങ്ങൾക്കായിരുന്നു സമ്മാനം.

യുവജനോത്സവത്തിലെ മികവ് കായികമേളയിൽ ആവർത്തിക്കാൻ പലപ്പോഴും ഞങ്ങളുടെ സ്കൂളിന് കഴിഞ്ഞിരുന്നില്ല. ക്രിക്കറ്റ്, ഹോക്കി, കബഡി, ഫുട്ബോൾ എന്നീ ഗ്രൂപ്പ് ഇനങ്ങളിൽ ഒന്നാമതെത്തിയിരുന്നെങ്കിലും വ്യക്തിഗത ഇനങ്ങ

ളിൽ കാര്യമായ മികവ് കാട്ടാനാകാത്തത് തിരിച്ചടിയായി.

ഇത്തവണ ജൂനിയർ വിഭാഗത്തിൽ പ്രതീക്ഷയുണ്ടെന്നാണ് കായികാദ്ധ്യാപകനായ ജോണിസാർ പറയുന്നത്. മത്സരം കഴിഞ്ഞപ്പോൾ സാറിന്റെ പ്രതീക്ഷ ഫലിച്ചു. കണ്ണനാണ് ജൂനിയർ ചാമ്പ്യൻ. അഞ്ചിനങ്ങളിൽ മത്സരിച്ച കണ്ണൻ 100, 200 മീറ്റർ ഓട്ടങ്ങളിലും ലോങ്ജംപ്, ഹൈജംപ് എന്നിവയിലും ഒന്നാമതെത്തി. ജാവലിൻ ത്രോയിൽ രണ്ടാം സമ്മാനവും കണ്ണനാണ്.

പിറ്റേന്ന് രണ്ടാം ശനിയുടെ അവധി. അന്നത്തെ ഊണ് കണ്ണന്റെ നേട്ടം കണക്കിലെടുത്ത് വിഭവസമൃദ്ധമാകട്ടെ എന്ന് നിർദ്ദേശിച്ചത് അച്ഛനാണ്. സദ്യക്ക് ശേഷം ഐസ്ക്രീം എന്ന് പ്രഖ്യാപിച്ച അച്ഛൻ കവലയിലെ കടയിൽപോയി അത് വാങ്ങി വരികയും ചെയ്തു. ഫാമിലി പാക്കിന്റെ കവർ കണ്ടതോടെ ചേട്ടന്റെ മുഖം തെളിഞ്ഞു; എന്റെയും.

ഞങ്ങൾ ഊണു കഴിക്കാനിരുന്നു. കണ്ണൻ, അച്ഛൻ, അമ്മ, ഞാൻ, ചേട്ടൻ എന്നീ ക്രമത്തിലായിരുന്നു ഊണു കഴിക്കാനിരുന്നത്. ഇപ്പോൾ മിക്കവാറും ഈ ക്രമത്തിലിരുന്നാണ് ഭക്ഷണം കഴിക്കുക. അടുക്കളയിൽ സഹായത്തിനുള്ള ലക്ഷ്മി അമ്മൂമ്മ ഇലയിട്ട് ചോറ് വിളമ്പി.

“സദ്യ കഴിക്കുന്നതിന് ചില ചിട്ടവട്ടങ്ങളുണ്ട്. നന്ദൻ ചെയ്യുന്നതുപോലെ ആദ്യമേ എല്ലാ കറികളും ഒരുമിച്ചെടുത്ത് കുഴച്ച് കഴിക്കുകയല്ല വേണ്ടത് ചോറും പരിപ്പും പപ്പടവും നെയ്യും ഒരുമിച്ച് കഴിക്കുന്നതിനൊപ്പം അവിയൽ, കൂട്ടുകറി, തോരൻ എന്നിവയും കുറേശ്ശെ രുചിച്ചിറക്കാം. അതിനുശേഷം ചോറിനൊപ്പം സാമ്പാറല്ലേ? സാമ്പാറിന്റെ എരിയുമായി പൊരുത്തപ്പെടാനാണ് കിച്ചടി. പായസം കഴിക്കുമ്പോൾ അച്ചാർ തൊട്ട് നാക്കിൽ വയ്ക്കുന്നത് രുചി കൂട്ടും. അതിനുശേഷം വിളമ്പുന്ന ചോറ്, പുളിശ്ശേരി, മോര് എന്നിവയോടൊപ്പവും അച്ചാർ നുണയാം.”- സദ്യയെപ്പറ്റിയുള്ള അച്ഛന്റെ വിശദീകരണം പുതിയ അറിവായിരുന്നു.

“ഇങ്ങനെയാണ് സദ്യ ഉണ്ണേണ്ടതെന്ന് എനിക്കും അറിയില്ലായിരുന്നു.” - അമ്മ പറഞ്ഞു.

“സദ്യ ഇങ്ങനെയേ കഴിക്കാവൂ എന്ന് നിയമമൊന്നുമില്ല.

എങ്ങനെ ഉണ്ടാലും തകരാറൊന്നുമില്ല. ഞാൻ പറഞ്ഞ രീതിയിൽ കഴിച്ചാൽ രുചി കൂടും, ദഹനം എളുപ്പത്തിൽ നടക്കും."

അപ്പോഴാണ് മുൻവശത്ത് ഏതോ വാഹനം വന്നുനില്ക്കുന്ന ഒച്ച കേട്ടത്. അച്ഛൻ നിർദ്ദേശിച്ചതനുസരിച്ച് ലക്ഷ്മി അമ്മൂമ്മ അതാരാണെന്ന് നോക്കാൻ മുൻവശത്തേക്ക് പോയി. പരിഭ്രമത്തോടെയാണ് അമ്മൂമ്മ തിരികെ വന്നത്.

"പൊലീസൊക്കെയുണ്ട്."- അമ്മ അറിയിച്ചു.

"ഊണ് കഴിക്കുകയാണെന്ന് അവരോട് പറയൂ. ഉടൻ വരും, അകത്ത് കയറി ഇരിക്കാൻ പറയണം."- അച്ഛൻ നിർദ്ദേശിച്ചു.

അമ്മൂമ്മ അത് പറയാൻ പൂമുഖത്തേക്ക് പോയി. അമ്മൂമ്മയോടൊപ്പം യൂണിഫോമിൽ ഒരു പൊലീസ് ഉദ്യോഗസ്ഥനും വേറൊരാളും ഊണ് മുറിയിലേക്ക് വന്നു. പൊലീസ് ഉദ്യോഗസ്ഥൻ അച്ഛനെ വന്ദിച്ചു.

"ആ... ഷാജഹാൻ.. വാ, ഇരിക്ക്. ഇതാരെന്ന് മനസ്സിലായില്ലല്ലോ..."- പൊലീസ് ഉദ്യോഗസ്ഥനോട് അച്ഛൻ പറഞ്ഞു.

"ഷാജഹാനെ മനസ്സിലായില്ലേ? നമ്മുടെ സ്കൂളിൽ പഠിച്ചതാണ്. ഇപ്പോൾ ഇവിടത്തെ എസ് ഐ. പോസ്റ്റ്മാസ്റ്റർ ആയിരുന്ന അലിയാരുകുഞ്ഞിന്റെ മകൻ..."- എസ് ഐയെ അച്ഛൻ അമ്മയ്ക്ക് പരിചയപ്പെടുത്തി. അതുകേട്ടപ്പോൾ അമ്മയുടെ മുഖത്തും പരിചയത്തിന്റെ ചിരി വിടർന്നു.

"ഞാൻ സ്വയം പരിചയപ്പെടുത്താം. ദേശീയ പട്ടികവർഗ്ഗ കമ്മീഷന്റെ ഇൻസ്പെക്ടറാണ്, പേര് ജേക്കബ് തോമസ്. എനിക്ക് നേരിട്ടൊരു പരാതി കിട്ടി. ഗുരുതരമാണ് അതിലെ വിഷയം. അതന്വേഷിക്കാനാണ് ഞാൻ വന്നത്. എന്തിനുവന്നു എന്ന് പൊലീസിനേയും അറിയിച്ചിട്ടില്ല. മിക്കയിടത്തും ഞങ്ങളുടെ അന്വേഷണത്തോട് വീട്ടുകാർ നിസ്സഹകരിക്കും. അതാണ് പൊലീസ് സഹായം തേടിയത്."

"പരാതി എന്താണ്?"- അച്ഛൻ ചോദിച്ചു.

"താങ്കൾ പട്ടികവർഗ്ഗ പീഡനം നടത്തുന്നു എന്നാണ് പരാതി. 10 വയസ്സുള്ള ആദിവാസി ബാലനെക്കൊണ്ട് താങ്കൾ വീട്ടുജോലി ഉൾപ്പെടെ ചെയ്യിക്കുന്നു എന്നാണ് പരാതിയിലുള്ളത്.

ആദിവാസി പീഡനം ജാമ്യം പോലും കിട്ടാത്ത ഗുരുതരമായ കുറ്റകൃത്യമാണെന്നറിയാമല്ലോ."- അയാൾ ആരാഞ്ഞു.

"അതറിയാം. ഈ പരാതി അങ്ങ് നേരിട്ടന്വേഷിച്ച് വസ്തുതകൾ ബോദ്ധ്യപ്പെടുന്നതാവും ഉചിതം." - അച്ഛൻ പറഞ്ഞു.

"ആ ആദിവാസി ബാലൻ ഇപ്പോൾ എവിടെയുണ്ട്?"- അയാൾ ചോദിച്ചു.

"ദാ, ഇവിടെ..."- തന്റെ വലതുവശത്തിരുന്ന് ഊണ് കഴിക്കുന്ന കണ്ണനെ അച്ഛൻ ചൂണ്ടിക്കാട്ടി.

"ഊണ് കഴിക്കുന്നു എന്ന് അവർ പറഞ്ഞതുകേട്ട് ഞാൻ ചാടിക്കയറി ഇങ്ങോട്ടുവരാൻ കാരണമുണ്ട്. എത്ര പുരോഗമനം പറയുന്നവരും ആദിവാസികളെ ഒപ്പമിരുത്തി ആഹാരം കൊടുക്കില്ല. ഭാര്യയോടും മക്കളോടും ഒപ്പം ഈ ബാലനെയും ഇരുത്തി സദ്യ ഊട്ടുന്നത് കാണുമ്പോൾ ഈ പരാതി കള്ളമാണെന്നതിന് വേറൊരു തെളിവും വേണ്ട."- അയാൾ വിശദീകരിച്ചു.

"ഇതാണ് കാരണമെങ്കിൽ സാർ എന്നോട് ചോദിച്ചാൽ പോരായിരുന്നോ?"- ഷാജഹാൻ ഇതുവരെയുള്ള സംഭവങ്ങൾ വിശദീകരിച്ചു. വ്യാജ അനാഥാലയക്കാരെ ഓടിച്ചുവിട്ടത് കേട്ട് ജേക്കബ് തോമസ് മൂക്കത്ത് വിരൽവച്ചു.

"ആരും ഏറ്റെടുക്കാനില്ലാതിരുന്ന ഒരു ആദിവാസിബാലനോട് കരുണ കാട്ടിയത് ശിക്ഷയാവുകയാണോ?"- ഷാജഹാൻ ചോദിച്ചു.

"അതൊക്കെ പോട്ടെ, നിങ്ങൾ ഊണ് കഴിച്ചതല്ലല്ലോ. കണ്ണൻ ജില്ലാ കായികമേളയിൽ ജൂനിയർ ചാമ്പ്യനായതിന്റെ ആഘോഷമാണ് ഈ സദ്യ. നിങ്ങളും അതിൽ പങ്കുചേരണം. ലക്ഷ്മി അമ്മേ, ഇവർക്കും ഇലയിട്..."- അച്ഛൻ നിർദ്ദേശിച്ചു.

"നിങ്ങളെപ്പോലൊരു വലിയ മനുഷ്യനെ തെറ്റിദ്ധരിക്കേണ്ടിവന്നതിൽ എനിക്ക് ഖേദമുണ്ട്. പക്ഷേ, ഒരു പരാതി കിട്ടുമ്പോൾ അത് അന്വേഷിക്കേണ്ടത് എന്റെ ഉത്തരവാദിത്വമാണ്. സദ്യ കഴിച്ചേ പോകുന്നുള്ളൂ. പായസം വേണ്ട. എനിക്ക് പ്രമേഹമുണ്ട്."- അയാൾ പറഞ്ഞു.

"ആരാണ് സാർ, ഈ കള്ളപ്പരാതി തന്നത്?"- ഷാജഹാൻ ചോദിച്ചു.

“വില്ലേജ് ഓഫീസിലെ ക്ലാർക്കാണ്, കേശവൻനമ്പൂതിരി. സഹിക്കാനാവാത്ത പീഡനമാണെന്നാണയാൾ പറഞ്ഞത്. അതാണ് അവധിദിവസമായിരുന്നിട്ടു കൂടി ഞാൻ ഇറങ്ങിപ്പുറപ്പെട്ടത്.”

“കഷ്ടം, ഇവിടത്തെ വില്ലേജ് ഓഫീസിൽ നിന്ന് കൈക്കൂലിക്കേസിൽ വിജിലൻസ് പിടികൂടി സ്ഥലം മാറ്റിയ ആളാണ്. അയാളുടെ മകൻ മാഷിന്റെ സ്കൂളിലായിരുന്നു. ആ ആദിവാസി ബാലന് സ്കൂളിൽ പ്രവേശനം നല്കിയതിനെതിരെ സ്വന്തം മകനെ സ്കൂൾ മാറ്റിയ ആ ജാതിക്കോമരം മാന്യന്മാരെ നാറ്റിക്കുകയാണ്. ഇത് ഞാൻ കൈകാര്യം ചെയ്തോളാം...”- ഷാജഹാൻ ക്ഷുഭിതനായി.

“അതൊന്നും വേണ്ട ഷാജഹാനേ, നിയമത്തിനും നീതിക്കും സ്വാതന്ത്രമായ വഴികളുണ്ട്. നമ്മൾ പകയും പ്രതികാരവും മനസ്സിലിട്ടൂതിക്കത്തിച്ച് നമ്മുടെ തന്നെ ആരോഗ്യവും സ്വസ്ഥതയും നശിപ്പിക്കേണ്ടതില്ല.” - അച്ഛൻ പറഞ്ഞു.

“സാറിനെപ്പറ്റിയുള്ള മതിപ്പ് കൂടുകയാണ്. ഇതുപക്ഷേ, അങ്ങനെ വിടുന്നത് ശരിയല്ല. എത്രപേരുടെ അദ്ധ്വാനം പാഴായി? അതിന്റെ പണച്ചെലവോ? വ്യാജവും തെറ്റായതുമായ പരാതികൾ നല്കുന്നവർ കൊടിയ ദ്രോഹമാണ് സമൂഹത്തോട് ചെയ്യുന്നത്. അറിഞ്ഞുകൊണ്ട് അത്തരം പരാതികൾ നല്കുന്നവർക്കെതിരെ നടപടി എടുത്തില്ലെങ്കിൽ അവരുടെ ദുഷ്ടതയ്ക്ക് ഇനിയും ഒരുപാട് നല്ല മനുഷ്യർ ഇരകളാവും. അതനുവദിക്കാനാവില്ല. ഷാജഹാനേ, എന്റെ ഔദ്യോഗികപരാതി നാളെത്തന്നെ തരാം.”- ജേക്കബ്തോമസിനെ പിന്നെ, അച്ഛനും എതിർത്തില്ല.

അമ്മയുടെ മുഖം വല്ലാതിരുണ്ടിരിക്കുന്നത് അപ്പോഴാണ് ഞാൻ ശ്രദ്ധിച്ചത്.

ഏഴ്

സ്കൂളിലെ കൃഷിയിടത്തിൽ പണി ചെയ്യുകയായിരുന്നു ഞങ്ങൾ. 'അഞ്ച് എ'ക്കാരായ ഞങ്ങൾക്ക് കൃഷിയിടത്തിലെ കളകൾ പറിച്ചുകളയുന്ന ജോലിയായിരുന്നു അന്നുണ്ടായിരുന്നത്. കൃഷി അദ്ധ്യാപകൻ അലിയാർ സാറും ഓഫീസിലെ ജോലികൾ ചെയ്യുന്ന ഷീല ചേച്ചിയും ശാരദ ആന്റിയും വളമിടുകയായിരുന്നു.

അപ്പുറത്ത് ഏഴ് എയിലെ കുട്ടികൾ പയർ കൃഷി ചെയ്യുന്നിടത്ത് ജോലിചെയ്യുന്നു. ചേട്ടനാണ് അവരുടെ നേതാവ്. ക്ലാസ് ടീച്ചർ എന്ന നിലയിൽ അമ്മയും അവിടെ ജോലിയിൽ വ്യാപൃതയാണ്.

പെട്ടെന്നാണ് ഒരു നിലവിളി ഉയർന്നത്, ചേട്ടന്റെ ക്ലാസിലെ രവിശങ്കറാണ് അലറിക്കരയുന്നത്.

"പാമ്പ്... പാമ്പ്..."- അവൻ വിളിച്ചുപറയുന്നത് കേട്ട് കുട്ടികൾ ചിതറിയോടി.

ഞാൻ നോക്കുമ്പോൾ ഒരു പാമ്പിന്റെ വാൽ ചേട്ടന്റെ കൈയിൽ ചുറ്റിയിരിക്കുകയാണ്. പയറിന് കെട്ടിയ പന്തലിലെ കയറിൽ കുടുങ്ങി പത്തി വിടർത്തി കൊത്താൻ മുന്നോട്ടായുക

യാണത്...

ചേട്ടന്റെ കരച്ചിൽ ഉച്ചത്തിൽ കേൾക്കാം. എനിക്കും കരച്ചിൽ വന്നു...

"അയ്യോ, എന്റെ മോനേ.." – അമ്മ അടുത്തുള്ള മരത്തിൽ ചുറ്റിപ്പിടിച്ചിരുന്ന് കരയുകയാണ്... മറ്റുകുട്ടികളും നിലവിളിക്കുകയാണ്. ആർക്കും എന്തുചെയ്യണമെന്ന് നിശ്ചയമില്ലാത്തതുപോലെ...

പാമ്പിന്റെ വാൽ ചേട്ടന്റെ കൈയിൽ കുരുങ്ങിയതിനാൽ കമ്പുമായെത്തിയ അലിയാർ സാറും എന്തുചെയ്യണമെന്നറിയാതെ പകച്ച് നില്ക്കുകയാണ്. കരച്ചിൽ കേട്ട് പറമ്പിലേക്ക് ഓടിവന്ന അച്ഛനും ആ കാഴ്ചകണ്ട് സ്തംഭിച്ച് നിന്നുപോയി.

പെട്ടെന്നാണ് കണ്ണൻ അവിടേക്ക് കുതിച്ചെത്തിയത്. പയറിന്റെ പന്തൽ കാരണം പത്തിവിരിച്ചുനിന്ന പാമ്പിനും ആളെ കൊത്താനാവുന്നില്ലായിരുന്നു. കൈയിലിരുന്ന കയറിന്റെ കുരുക്ക് പാമ്പിന്റെ പിന്നിലൂടെ എത്തിയ കണ്ണൻ പത്തിയിലേക്കിട്ടു. അതിലേക്കാഞ്ഞു കൊത്തി പാമ്പ് കണ്ണനുനേരെ ചാടിയെങ്കിലും അതിനിടയിൽ പത്തിയിലെ കണ്ണട അടയാളത്തിന്റെ ചുവട്ടിലായി വീണ കുരുക്കിനെ അവൻ രണ്ടുകൈകൊണ്ടും മുറുക്കിക്കഴിഞ്ഞിരുന്നു. ജീവനുവേണ്ടി പിടയാൻ തുടങ്ങിയപ്പോഴേക്കും ചേട്ടന്റെ കൈയിൽ മുറുകിയിരുന്ന പാമ്പിന്റെ വാൽ അയഞ്ഞു. അതുകണ്ട കണ്ണൻ വാൽ ചവിട്ടിത്തെറിപ്പിച്ച് പാമ്പിനെ ദൂരേക്ക് വലിച്ചെറിഞ്ഞു. ദൂരെ പറമ്പിൽ ചെന്നുവീണ പാമ്പ് ഒരുമിനിട്ട് നിശ്ചലമായി കിടന്നശേഷം അകലേക്ക് ഇഴയാൻ തുടങ്ങി...

അപ്പോൾ ഓടിയെത്തിയ അച്ഛൻ ചേട്ടനെ കോരിയെടുത്തു. ചേട്ടൻ ഏങ്ങലടിച്ച് കരയുന്നുണ്ടായിരുന്നു.

അമ്മ ഓടിവന്ന് കണ്ണനെ വാരിയെടുത്ത് ഉമ്മ വച്ചു. അമ്മയുടെ കവിളുകളിലൂടെ കണ്ണീർ പടർന്നൊഴുകി...

കണ്ണനോട് അതുവരെയും പൊരുത്തപ്പെടാനാവാത്തവിധ

ത്തിലാണ് അമ്മ പെരുമാറിയത്. കണ്ണനറിയാത്ത കാര്യങ്ങളിലും അമ്മ അവനെ പ്രതിക്കൂട്ടിൽ നിർത്തുമായിരുന്നു. എനിക്കും പലപ്പോഴും അതിൽ സങ്കടം തോന്നി... ആ കന്മഷമെല്ലാം അമ്മയുടെ കണ്ണുകളിലൂടെ കവിഞ്ഞൊഴുകുകയാണ്.... നിഷ്കളങ്ക സ്നേഹത്തിന്റെ ആത്മാർത്ഥത തിരിച്ചറിഞ്ഞ് തരളിതനായി മുഖം താഴ്ത്തി നില്ക്കുകയാണ് കണ്ണൻ...

"ആ പാമ്പിനെ കൊല്ലാതെ വിട്ടുകളഞ്ഞത് ശരിയായില്ല. അതിനിയും വന്നാലോ?" – അലിയാർ സാർ ചോദിച്ചു.

"അത് പാവമാ സാറെ."– കണ്ണൻ പറഞ്ഞു.

"കൊള്ളാം, പാമ്പാണോ സാധുജീവി?"– സാറിന്റെ മറുചോദ്യം.

"സാറേ, ആ ചാലിലേക്ക് നോക്കിയേ.." ചേട്ടൻ കിടന്ന ചാലിലേക്ക് ചൂണ്ടി കണ്ണൻ പറഞ്ഞു: "അത് പാമ്പിന്റെ മുട്ടകളാണ്. മുട്ടയ്ക്ക് അടയിരുന്ന പെൺമൂർഖനെയാണ് അറിയാതെയാണെങ്കിലും ചേട്ടൻ ചവിട്ടിയത്. അത് സ്വന്തം രക്ഷയ്ക്കും മുട്ടയുടെ രക്ഷയ്ക്കുംവേണ്ടിയാണ് പത്തിവിടർത്തിയത്. പന്തലിന്റെ കയറിൽ അത് കുരുങ്ങിയത് രക്ഷയായി. ശാന്തസ്വഭാവമുള്ള ചില കോഴികൾ അടയിരിക്കുമ്പോൾ അടുത്തോട്ടു ചെന്നാൽ ഓടിച്ചിട്ട് കൊത്താറില്ലേ?"

ഞാൻ ആ ചാലിലേക്ക് നോക്കി. പത്തിരുപത് മുട്ടകളുണ്ട്.

"പാമ്പ് പകയുള്ള ഇനമാണ്. സൂക്ഷിക്കണം, മുട്ടകൾ ഇവിടെ കിടക്കുന്നതിനാൽ അത് വീണ്ടും വരും. പത്തിവിടർത്തിയുള്ള അതിന്റെ ചീറ്റം കണ്ടതല്ലേ?"– ബെല്ലടിക്കുന്ന പാപ്പിയമ്മാവൻ കണ്ണനെ ഉപദേശിച്ചു.

"പാമ്പിന് പകയുണ്ടെന്ന് പറയുന്നത് വെറുതെയാ അമ്മാവാ. മൂർഖൻ പാമ്പിന്റെ പത്തി എന്നു പറയുന്നത് അത് പേടിച്ചുവിറയ്ക്കുമ്പോൾ സംഭവിക്കുന്നതാണ്. പാമ്പിന് നേരെ ആക്രമണം ഉണ്ടാവുമ്പോൾ പേടിച്ചുവിറച്ച് തലയുയർത്തി വാരിയെല്ലുകൾ വികസിക്കുന്നതാണ് പത്തിയായി നാം കാണുന്നത്. ശത്രു

ക്കളെ പേടിപ്പിക്കാനുള്ള വേലയാണത്.."- കണ്ണൻ വിശദീകരിച്ചു.

"പാമ്പിന് പകയില്ലെന്ന് നിനക്കെങ്ങനെ അറിയാം?"- പാപ്പിയമ്മാവൻ വിട്ടുകൊടുക്കുന്നില്ല.

"കുറേനാൾമുമ്പ് പാമ്പുവിഷത്തിനുള്ള പ്രതിരോധമരുന്ന് ഉണ്ടാക്കുന്നതിന് പാമ്പുവിഷം എടുക്കുന്ന സ്ഥലത്തേക്ക് ഞങ്ങളെ കൊണ്ടുപോയി. അതിന് പാമ്പിനെ പിടിച്ചുകൊടുക്കുന്നത് ഞങ്ങളുടെ ഊരിലുള്ളവരാണ്. അതുകൊണ്ടാണ് ഞങ്ങളെ അവിടം കാണാൻ അവർ കൊണ്ടുപോയത്."

"പാമ്പു വിഷം എടുക്കുന്നതെങ്ങനെയാ?"-പാപ്പിയമ്മാവന് പിന്നെയും സംശയം.

"പാമ്പുകളെ അവിടെ മൺചട്ടികളിലാണ് സൂക്ഷിച്ചിട്ടുള്ളത്. ഒരു പാമ്പിൽനിന്ന് മൂന്നുപ്രാവശ്യം വിഷം ശേഖരിക്കുമെന്നാണ് അവിടത്തെ സാർ പറഞ്ഞുതന്നത്. ഒരു സ്ഫടിക ഗ്ലാസിന്റെ തുറന്ന അറ്റത്ത് വലിച്ചുകെട്ടിയ റബ്ബർ ഷീറ്റിൽ കഴുത്തിൽ പിടിച്ചെടുക്കുന്ന പാമ്പിന്റെ വായ് അമർത്തും. പേടിയും ദേഷ്യവും മൂലം പാമ്പ് ആത്മരക്ഷാർത്ഥം ഈ റബ്ബർ ഷീറ്റിൽ ആഞ്ഞാഞ്ഞ് കൊത്തും. അങ്ങനെ കിട്ടുന്ന വിഷം എടുത്ത് കുതിരയിൽ കുത്തിവയ്ക്കും. ആ കുതിരയുടെ രക്തം ശേഖരിച്ചാണ് പ്രതിരോധമരുന്ന് നിർമ്മിക്കുന്നത്."- കണ്ണന് കാതോർത്തിരിക്കുകയാണെല്ലാപേരും.

"ആന്റിവെനം എന്നാണതറിയപ്പെടുന്നത്" - അപ്പോൾ അവിടെ എത്തിയ സയൻസ് അദ്ധ്യാപകൻ ഭദ്രൻമാഷ് പറഞ്ഞു.

"പാമ്പിന് പകയില്ലെന്നാരാ നിന്നോട് പറഞ്ഞത്?" - പാപ്പിയമ്മാവൻ വീണ്ടും ചോദിച്ചു.

"അന്ന് പോയപ്പോൾ അവിടത്തെ സാറാ പറഞ്ഞത്. ഇര തേടുകയും വിശ്രമിക്കുകയും ശത്രുക്കളിൽനിന്ന് രക്ഷതേടുകയും ചെയ്യുന്നതിനപ്പുറമുള്ള ചിന്തകളൊന്നും പാമ്പുകളുടെ മസ്തിഷ്കത്തിലുണ്ടാവില്ല. അതുകൊണ്ട് പ്രതികാരമൊന്നും പാമ്പിന്

പറ്റില്ല. അവയ്ക്ക് കാഴ്ചശക്തിയും കുറവാണ്. സൂക്ഷ്മമായ ഘ്രാണശക്തിയെയാണ് അവ പ്രയോജനപ്പെടുത്തുന്നത്. മൂക്കല്ല, നാക്കാണ് പാമ്പിന്റെ പ്രധാന ഘ്രാണസഹായി. ഇരതേടുമ്പോൾ പാമ്പ് നാക്ക് ഇടയ്ക്കിടെ പുറത്തേക്കും അകത്തേക്കും ഇടുന്നതിന്റെ കാരണം അതാണ്. മകുടി ഊതുമ്പോൾ പാമ്പ് നൃത്തം ചെയ്യുന്നില്ലെന്നാണ് ആ സാറ് പറഞ്ഞത്."

"അതുതെറ്റാ. മകുടി ഊതുമ്പോൾ പാമ്പ് നൃത്തം ചെയ്യുന്നത് ഞാൻ കണ്ടിട്ടുണ്ടല്ലോ. ഇനി ശങ്കരൻ പാമ്പാട്ടി വരുമ്പോൾ ഞാൻ വിളിച്ചു കാണിച്ചുതരാം."- പാപ്പിയമ്മാവൻ മത്സരത്തിന് തയ്യാറായി.

"പാമ്പിനെ സംബന്ധിച്ചിടത്തോളം മനുഷ്യൻ ഭീമരൂപിയാണ്. വിചിത്രമായ ഉപകരണവും പിടിച്ചുനില്ക്കുന്ന മനുഷ്യനെക്കണ്ട് പേടിക്കുന്ന പാമ്പ് അയാളുടെ ചലനങ്ങൾ ശ്രദ്ധിക്കും. വായുവിലൂടെ എത്തുന്ന ശബ്ദങ്ങൾ ശ്വാസകോശത്തിലൂടെ കേൾക്കാൻ പാമ്പുകൾക്ക് സാധിക്കും. എന്നാൽ, പാമ്പ് പ്രതികരിക്കുന്നത് ഭൂമിയിലെ കമ്പനങ്ങളോടാണ്. അതിനെയാണ് പാമ്പിന്റെ നൃത്തമായി നമ്മൾ തെറ്റിദ്ധരിക്കുന്നത്."- കണ്ണന് കൂട്ടായെത്തി വിശദീകരിച്ചത് ഭദ്രൻമാഷാണ്.

"മിക്ക പാമ്പുകളും നമ്മെ ഉപദ്രവിക്കാറില്ല. നാം ദ്രോഹിക്കുമ്പോൾ അവ നിവൃത്തിയില്ലാതെയാണ് നമ്മെ കടിക്കുന്നത്. അത് അവയുടെ പ്രതിരോധമാണ്. നമ്മുടെ ഭക്ഷ്യധാന്യങ്ങളെ തിന്നൊടുക്കുന്ന എലികളെ നശിപ്പിക്കാൻ പാമ്പോളം നല്ലൊരു മാർഗ്ഗം ഇതുവരെയും കണ്ടെത്തിയിട്ടില്ല. പ്രകൃതിയുടെ വഴിയാണത്. മറ്റൊന്ന് പാമ്പുകളിൽ അമ്പതോളം ഇനത്തിലേ വിഷമുള്ളൂ. നമ്മുടെ നാട്ടിൽ മൂർഖൻ, അണലി, വെള്ളിക്കെട്ടൻ, ചേനത്തണ്ടൻ എന്നിങ്ങനെ മിക്കസ്ഥലങ്ങളിലും കാണപ്പെടുന്നവയെ പ്രത്യേകം സൂക്ഷിക്കണം."- ഭദ്രൻ മാഷ് പറഞ്ഞു.

"മാഷും ഒരു പാമ്പ് വിദഗ്ദ്ധനാണല്ലോ." - ജോണി സാർ കളിയാക്കി.

"കണ്ണന്റെ അത്ര പാമ്പനല്ല ഞാൻ." - ഭദ്രൻ മാഷിന്റെ തമാശ കേട്ട് എല്ലാവരും ചിരിച്ചു.

കൃഷിയിടം വിട്ടുപോവുമ്പോൾ അമ്മ കണ്ണനെ ചേർത്ത് പിടിച്ചിട്ടുണ്ടായിരുന്നു... സ്നേഹത്തിന്റെ ആ ആശ്ലേഷം അവനും ആശ്വാസം പകരുന്നതായി തോന്നി. ആ പുതിയ കാഴ്ച ഓഫീസ് മുറിക്ക് പുറത്തുനിന്ന് നോക്കിക്കണ്ട അച്ഛന്റെ മുഖത്ത് ചിരിയുടെ ഇളംനിലാവ് വിടർന്നു...

എട്ട്

രാവിലെ എഴുന്നേറ്റ് നടക്കാനൊരുങ്ങുമ്പോൾ ഞാനും ചേട്ടനും എത്തിയതിനുശേഷമേ കണ്ണൻ വരാന്തയിലെത്താറുള്ളൂ. ഞാൻ ആദ്യവും ചേട്ടൻ അതിനുശേഷവും ബാത്ത്റൂമിൽ പോവും. ഞങ്ങൾ തയ്യാറായതിന് ശേഷമേ കണ്ണൻ അതിനകത്തേക്ക് കടക്കാറുള്ളൂ. പിന്നീട്, വളരെപ്പെട്ടെന്ന് പല്ലുതേച്ച്, കക്കൂസിൽ പോയി ഓടിയെത്താറാണ് കണ്ണന്റെ പതിവ്.

ചേട്ടൻ തയ്യാറായിക്കഴിഞ്ഞ് 10 മിനിട്ടിലേറെ കണ്ണനെ കാത്തുനില്ക്കേണ്ടി വരാറേയില്ല. എന്നാലും അപ്പോഴേക്കും അമ്മ വല്ലാതെ അസ്വസ്ഥയാകും.

“എനിക്കിങ്ങനെ ആർക്കുവേണ്ടിയും കാത്തുനില്ക്കാനൊന്നും വയ്യ. ഇത്രയ്ക്ക് തയ്യാറാകാനെന്താ കൊച്ചീരാജാവിന്റെ കൊച്ചുമോനോ?”- ഒരു ദിവസം അമ്മ ക്ഷുഭിതയായി.

“അതെന്താ വിദ്യേ, കൊച്ചീരാജാവിന്റെ കൊച്ചുമക്കൾ കക്കൂസിൽ പോവാതെയാണോ തയ്യാറാവുന്നത്?”- അച്ഛന്റെ തമാശ ച്ചോദ്യം അമ്മയേയും ചിരിപ്പിച്ചതോടെ അന്തരീക്ഷം ശാന്തമായി.

ഇന്നും എല്ലാവരും രാവിലെ കണ്ണനെക്കാത്ത് വരാന്തയിൽ നില്ക്കുകയാണ്. അമ്മ വളരെ ലാഘവത്തോടെയാണ് വരാന്ത

യിൽ മൂളിപ്പാട്ടും പാടി അങ്ങോട്ടുമിങ്ങോട്ടും നടക്കുന്നത്. അച്ഛൻ അത് ശ്രദ്ധിക്കുന്നുണ്ട്.

ചേട്ടനെ പാമ്പിൽനിന്ന് രക്ഷിച്ചശേഷം അമ്മ അടിമുടി മാറിക്കഴിഞ്ഞു. ഇപ്പോൾ മൂവർക്കും തുല്യപരിഗണനയാണ്.

"ഈ കൊച്ചീരാജാവിന്റെ മോൻ എവിടെപ്പോയിക്കിടക്കുന്നു? നമുക്ക് നടക്കാം." - അച്ഛൻ നിർദ്ദേശിച്ചു. അമ്മയെ ശുണ്ഠി പിടിപ്പിക്കാനാണതെന്ന് വ്യക്തം. പക്ഷേ, അമ്മ അച്ഛന്റെ ചൂണ്ടയിൽ കൊത്തിയില്ല.

"നിങ്ങൾ നടന്നോ, ഞാൻ കണ്ണനുമായി വന്നോളാം." - അമ്മ.

"കഴിഞ്ഞ ദിവസംവരെ ഇങ്ങനെ തോന്നാത്തതെന്താ?" - അച്ഛൻ ചോദിച്ചു.

"ഓരോന്നിനും ഓരോ സമയമുണ്ടെന്ന് കരുതിയാൽ മതി. ഈ തിരിച്ചറിവിന് പാമ്പ് ഒരു നിമിത്തമായതാവാം." - അമ്മയുടെ ഉത്തരം.

"ഒരിക്കലും സംഭവിക്കാത്തതിനെക്കാൾ കുറച്ച് വൈകിയാലും വേണ്ടില്ല എന്നു പറയാറില്ലേ? ഇതിപ്പോൾ അത്ര വൈകിയിട്ടൊന്നുമില്ല. ഒരു തെറ്റ് തിരിച്ചറിഞ്ഞാൽ എത്രയും പെട്ടെന്ന് തിരുത്തുക എന്നതാണ് പ്രധാനം. ഇവിടെ അത് നടന്നതിൽ സന്തോഷം."- അച്ഛൻ പറഞ്ഞത് ശരിവച്ച് അമ്മ തലകുലുക്കിയപ്പോഴേക്കും കണ്ണൻ എത്തിച്ചേർന്നു.

"ഒരു ബാത്ത്റൂം കൂടി പണിതാലോ?"- അച്ഛൻ ചോദിച്ചു.

"ഞാൻ ഇവർ വൈകുന്നതുവരെ കാത്തുനില്ക്കാൻ തയ്യാർ" - അമ്മ പഴയ നിലപാടിൽനിന്നുള്ള മാറ്റം ഒരിക്കൽക്കൂടി പ്രഖ്യാപിച്ചു.

"അതല്ല, ഇവർ മൂവരും മുതിർന്നല്ലോ. ഇനി ഇവർ തനിയെ കിടക്കട്ടെ. അതിന് ഇവർക്കുള്ള മുറിയോടടുപ്പിച്ച് ഒരു ബാത്ത്റൂംകൂടി പണിയാം."- അച്ഛൻ പറഞ്ഞു.

"എനിക്ക് പേടിയാവും."- ഞാൻ തുറന്നു പറഞ്ഞു.

"മോന് പേടിയുണ്ടോ?' - അച്ഛൻ ചോദിച്ചപ്പോൾ ചേട്ടൻ ഉണ്ടെന്ന് തലയാട്ടി.

"കണ്ണനോ?"

ഇല്ലെന്നായിരുന്നു കണ്ണന്റെ തലയാട്ടൽ.

"മോൾക്ക് എന്തിനെയാ പേടി?" - അച്ഛൻ ചോദിച്ചു.

"പാമ്പിനെ. ഒറ്റയ്ക്ക് കിടക്കുമ്പോൾ യക്ഷിയേയും ഭൂതത്തെയും പേടിയാണ്." - ഞാൻ പറഞ്ഞു.

"മോനോ?"

"ഇതിനെയൊക്കെ എനിക്കും പേടിയാണ്."

"കണ്ണന് ഇവയെയൊന്നിനേയും പേടിയില്ലേ?" - അമ്മ ചോദിച്ചു.

"പാമ്പിനെ പേടിയേയില്ല. അവയെ ഉപദ്രവിച്ചില്ലെങ്കിൽ അവ ഒന്നും ചെയ്യില്ല. യക്ഷിയും ഭൂതവും പ്രേതവും പിശാചുമൊന്നും ഇല്ലെന്ന് അച്ഛൻ പറഞ്ഞുതന്നിട്ടുണ്ട്."- അവൻ വിശദീകരിച്ചു.

"ഉണ്ട്, ഭൂതവും പ്രേതവുമൊക്കെ ഉണ്ട്." - ചേട്ടൻ വാശിയോടെ പറഞ്ഞു.

"നന്ദാ, നീ കണ്ടിട്ടുണ്ടോ?" - അച്ഛൻ ചോദിച്ചു.

"ഞാൻ കണ്ടിട്ടില്ല. പക്ഷേ, സന്ദീപ് കണ്ടിട്ടുണ്ട്."- ചേട്ടൻ പറഞ്ഞു.

"ഏത് സന്ദീപ്?" - അമ്മ ചോദിച്ചു.

"ക്ലാസിൽ എന്റെ പിന്നിലിരിക്കുന്ന ജി സന്ദീപ്."

"പ്രേതത്തെ കണ്ടിട്ടുണ്ടെന്ന് സന്ദീപ് പറഞ്ഞോ?" - അമ്മ ചോദിച്ചു.

"അതെ. അവന്റെ വീടിന്റെ പിന്നിലെ ടെറസിൽ രാത്രി നില്ക്കാൻ പേടിയാണെന്ന് അവൻ പറഞ്ഞിട്ടുണ്ട്. പിന്നിലെ ജനാലകൾ തുറക്കാറേയില്ല. പാതിരാത്രിയും വെളുപ്പാൻകാലത്തുമൊക്കെ പ്രേതം തീക്കണ്ണുമായി ആകാശത്തേക്ക് പോവുന്നത് അവൻ കണ്ടിട്ടുണ്ട്." - ചേട്ടൻ വിശദീകരിച്ചു.

"അത് ശരിയായിരിക്കും. സന്ദീപ്, മെഡിക്കൽ സ്റ്റോർ നടത്തുന്ന ഗോപിനാഥിന്റെ മകനാണ്. അവർ താമസിക്കുന്നത് മുനിസിപ്പൽ ശ്മശാനത്തിനടുത്താണ്. അതിനാൽ അവൻ പറഞ്ഞതിൽ കുറച്ച് കഴമ്പുണ്ട്." - അച്ഛൻ പറഞ്ഞതുകേട്ട് ചേട്ടൻ വിജയഭാവത്തിൽ ചിരിച്ചു.

“ഇതെന്താ ഈ പറയുന്നത്? ശ്മശാനത്തിനടുത്ത് താമസിക്കുന്നവർ പ്രേതത്തെയും യക്ഷിയേയും കാണുമെന്നാണോ?”- അമ്മ ചോദിച്ചു.

“എന്ന് ഞാൻ പറഞ്ഞില്ല. മൃതദേഹങ്ങൾ ദഹിപ്പിക്കുമ്പോൾ അസ്ഥികൾ പൊട്ടി അതിനുള്ളിലെ ഫോസ്ഫറസ് പുറത്തുവരും. സാധാരണഗതിയിൽ ഫോസ്ഫറസ് മണ്ണെണ്ണയിലാണ് സൂക്ഷിക്കുന്നത്. അത് വായുവിലെ ഓക്സിജനുമായി കത്തുന്നതിനാലാണീ സംവിധാനം.”- അച്ഛൻ പറഞ്ഞു.

“അസ്ഥിയിൽനിന്ന് പുറത്തുവരുന്ന ഫോസ്ഫറസ് അന്തരീക്ഷവായുവിലെ ഓക്സിജനുമായി ചേർന്ന് കത്തും. അല്ലേ?”- ചേട്ടൻ ചോദിച്ചു.

“മിടുക്കൻ” - ചേട്ടനെ അഭിനന്ദിച്ചുകൊണ്ട് അച്ഛൻ തുടർന്നു: “രാത്രിയിൽ ഈ ഫോസ്ഫറസ് കത്തുന്നതാണ് പ്രേതത്തിന്റെ തീക്കണ്ണെന്നൊക്കെ തെറ്റിദ്ധരിക്കുന്നത്. പ്രേതവും യക്ഷിയും പിശാചുമെല്ലാം മനുഷ്യർ സൃഷ്ടിച്ച കഥാപാത്രങ്ങളാണ്. അതേപ്പറ്റി പിന്നീട് വിശദീകരിക്കാം. അമ്പലത്തിലെത്തിയല്ലോ.”- അച്ഛൻ തിരുത്തിയത് വലിയൊരു തെറ്റിദ്ധാരണയാണ്.

അന്ന് രണ്ടാം ശനിയാഴ്ച സ്കൂൾ അവധി ആയതിനാൽ പ്രഭാതപൂജ അമ്മയുടെ നേർച്ചയായിരുന്നു. പാമ്പിൽനിന്നുള്ള രക്ഷപ്പെടലാണ് ഇതിന് നിമിത്തമായത്. കേശവൻ നമ്പൂതിരി പതിവ് ലോഹ്യം കാട്ടിയില്ല. തെല്ല് പരിഭവത്തോടെ അക്കാര്യം അമ്മ അച്ഛനോട് പറഞ്ഞു.

“ദൈവത്തിന്റെ മുന്നിൽ ഒരു പരിഗണനയും ആഗ്രഹിക്കരുത്. സർവ്വചരാചരങ്ങളും ദൈവത്തിനുമുന്നിൽ തുല്യരല്ലേ? നിഷ്കളങ്കഭക്തിയും ആത്മാർപ്പണവുമല്ലേ ഈശ്വരസാക്ഷാൽക്കാരത്തിന്റെ വഴികളായി കരുതുന്നത്?”- അമ്മ അതിന് മറുപടി പറഞ്ഞില്ല.

“ഉണ്ണിനമ്പൂതിരി ആനക്കുളത്തിൽ വീണേ... ഓടിവരണേ, രക്ഷിക്കണേ...”- ഒരാൾ വിളിച്ചുകൂവി.

ഉടൻ എല്ലാവരും അങ്ങോട്ടോടി. ക്ഷേത്രമതിൽക്കെട്ടിന് പുറത്തുള്ള വലിയ കുളമാണ് ആനക്കുളം. പണ്ട് ഉത്സവത്തിന് കൊണ്ടുവന്ന ആന കുളിക്കാനിറങ്ങിയപ്പോൾ മുങ്ങിത്താണു

പോയി. അതിനുശേഷം ആനതാണകുളം എന്നുപ്രചരിച്ചത് ലോപിച്ച് ആനക്കുളമാവുകയായിരുന്നു.

"കുളത്തിന്റെ അങ്ങേയറ്റത്തെ കൈവരിയിൽ ഉണ്ണിനമ്പൂതിരി നില്ക്കുകയായിരുന്നു. അപ്പോഴാണ് അടുത്തവീട്ടിലെ നായ തുടൽ പൊട്ടിച്ച് കുരച്ചുകൊണ്ട് പാഞ്ഞുവന്നത്. പേടിച്ചുവിറച്ച നമ്പൂതിരി പട്ടിയിൽനിന്ന് രക്ഷപ്പെടാൻ ചാടിയത് കുളത്തിലേക്കായിപ്പോയി."- കണ്ടുനിന്ന ഒരു വൃദ്ധൻ വിശദീകരിച്ചു.

കുളത്തിൽ പച്ചനിറത്തിൽ നിറയെ വെള്ളമുണ്ട്. അങ്ങേയറ്റത്ത് ഉണ്ണിനമ്പൂതിരിയുടെ കൈ മാത്രമേ കാണാനുള്ളൂ.

"നീന്തലറിയാവുന്ന ആരെങ്കിലും ഓടിവായോ..."- കേശവൻ നമ്പൂതിരി നിലവിളിക്കുകയാണ്.

"അവിടെ വളരെ ആഴമുള്ളതാണ്. പോരെങ്കിൽ പായൽ കുരുങ്ങികെട്ടു പിണഞ്ഞ് കിടക്കുകയാണ്. ഫയർഫോഴ്സിനെ വിളിച്ചു പറഞ്ഞിട്ടുണ്ട്."- മറ്റൊരാൾ പറഞ്ഞു.

"അവർ എപ്പോഴെത്താനാ? അപ്പോഴേക്കും ആ പാവം കുട്ടി..."

പെട്ടെന്നാണ് കണ്ണൻ ആനക്കുളത്തിന്റെ അങ്ങേ അറ്റത്തെ കൈവരിയിൽ കയറി കുളത്തിലേക്ക് കുതിച്ചത്. ഡോൾഫിൻ നീന്തുന്നതുപോലെ നീന്തി ആദർശിനടുത്തെത്തി. മുങ്ങുകയായിരുന്ന അവന്റെ കൈ പിടിച്ച് വലിച്ചുയർത്തി. നല്ല ഭാരമുള്ളതുകൊണ്ടാവണം കണ്ണന് വെള്ളത്തിൽ നില കിട്ടിയില്ല. അവൻ മുങ്ങിപ്പോയി..

"അയ്യോ..."- കണ്ടുനിന്നവരെല്ലാം ഉച്ചത്തിൽ വിളിച്ചുപോയി.

കണ്ണൻ അപ്പോഴേക്കും പൊങ്ങിവന്നു. വീണ്ടും ഒന്നുമുങ്ങി നിവർന്നപ്പോൾ അവന്റെ മുതുകിൽ ബോധമറ്റ നിലയിൽ ആദർശമുണ്ടായിരുന്നു... ആയാസപ്പെട്ടാണ് കണ്ണൻ നീന്തുന്നത്. പെട്ടെന്ന് അവന്റെ കാൽ പായൽവള്ളികളിൽ കുരുങ്ങി. അതോടെ മുതുകിൽ കിടന്ന ആദർശ് വെള്ളത്തിലേക്ക് വഴുതി... കണ്ണൻ കാലിലെ കുരുക്ക് ഞൊടിയിടകൊണ്ടഴിച്ച് വീണ്ടും മുങ്ങാംകുഴിയിട്ട് മുതുകിൽ ആദർശുമായി നീന്തി കരയ്ക്കണഞ്ഞു. അപ്പോഴേക്കും കണ്ണൻ വല്ലാതെ തളർന്നിരുന്നു...

കുളത്തിന്റെ കൽപ്പടവിലിരുന്ന് കരയുകയും ഇടയ്ക്കിടെ നാമം ജപിക്കുകയും ചെയ്ത കേശവൻനമ്പൂതിരി കൈകൾ മുകളിലേക്ക് കൂപ്പി പ്രാർത്ഥിച്ച് അങ്ങോട്ടേക്കോടിയെത്തി.

അവിടെ കൂടെനിന്നവർ കണ്ണനെ പിടിച്ചുകയറ്റി. അപ്പോഴും അബോധാവസ്ഥയിലുള്ള ആദർശിനെ മുകളിലെ പടവിൽ കിടത്തിയിരിക്കുകയാണ്...

"ഉടൻ ഒരു വണ്ടി വിളിക്ക്, ആശുപത്രിയിൽ കൊണ്ടുപോകണം.."- ഒരാൾ നിർദ്ദേശിച്ചു.

കണ്ണൻ സാവധാനം എഴുന്നേറ്റ് ആദർശിനെ തിരിച്ചുകിടത്തി. വയറ്റിൽ കൈ അമർത്തി. മൂന്നുനാലുതവണ അതാവർത്തിച്ചപ്പോൾ വാതുറന്ന് ആദർശ് പുറത്തേക്ക് വെള്ളം തുപ്പാൻ തുടങ്ങി. കുറേനേരം വെള്ളം കളയിപ്പിച്ച ശേഷം ആദർശിന്റെ വായ്ക്കകത്തേക്ക് കണ്ണൻ വാ കൊണ്ടുവന്ന് വായു ഊതിക്കയറ്റാൻ തുടങ്ങി. കൃത്രിമശ്വാസോച്ഛ്വാസം നല്കൽ തുടർന്നപ്പോൾ ആദർശ് മെല്ലെ കണ്ണുതുറന്നു.

അപ്പോൾ, ഫയർഫോഴ്സ് വണ്ടി വരുന്നതിന്റെ ഒച്ച കേട്ടു..

ഒമ്പത്

എല്ലാവരും സന്തോഷത്തോടെയാണ് അന്ന് രാവിലെ സ്കൂളിലെത്തിയത്. മൂന്നുദിവസത്തേക്ക് സ്കൂൾ അവധിയാണ് എന്നതായിരുന്നില്ല സന്തോഷത്തിന്റെ കാരണം. ഇന്നുരാവിലെ പുറപ്പെടുന്ന നളന്ദാ സ്കൂളിലെ അദ്ധ്യാപകരുടെ കുടുംബവിനോദയാത്രാ സംഘത്തിൽ ഞങ്ങളുമുണ്ട്. മൂന്നുസംഘമായാണ് വിനോദയാത്ര. തുടർച്ചയായുള്ള രണ്ടാം ശനി, ഞായർ എന്നീ ദിവസങ്ങളിലായിരിക്കും യാത്ര. ഇതിന്റെ ചെലവ് മാനേജ്മെന്റാണ് വഹിക്കുന്നത്. മൂന്നാമത്തെ സംഘത്തിലാണ് ഞങ്ങൾ ഉൾപ്പെട്ടത്. ആദ്യരണ്ടുസംഘവും പോയ കന്യാകുമാരിയിലേക്കാണ് ഞങ്ങളുടെ യാത്ര. രാവിലെ 9.30 ന് സ്കൂളിൽനിന്ന് തിരിക്കാനാണ് തീരുമാനം.

ഒമ്പതുമണിയോടെ ഞങ്ങൾ സ്കൂളിലെത്തിയപ്പോൾ അവിടെ കേശവൻനമ്പൂതിരിയും ആദർശും കാത്തുനില്ക്കുകയായിരുന്നു.

“മാഷേ, പൊറുക്കണം. ഞാൻ വലിയ തെറ്റാണ് ചെയ്തത്.” – അച്ഛനെ കണ്ടപാടേ കേശവൻനമ്പൂതിരി അഭ്യർത്ഥിച്ചു.

“ഈ കുഞ്ഞിനോട് എനിക്കും മകനും മാപ്പുചോദിക്കണം. ഇന്നലെ ഈ കുഞ്ഞില്ലായിരുന്നില്ലെങ്കിൽ... എനിക്ക്

അതോർക്കാൻ പോലും കഴിയുന്നില്ല..”– അയാൾ.

“കരളുരുകിയുള്ള പശ്ചാത്താപം ഒരു മനുഷ്യന്റെ എല്ലാ തെറ്റുകുറ്റങ്ങളും അലിയിച്ചുകളയുന്നു. ഇന്നലെ കണ്ണൻ അവന്റെ കർമ്മം ചെയ്തു. അത് മറ്റൊരാളിന്റെ ജീവൻ രക്ഷിച്ചു. അതിന്റെ പുണ്യം അവന് കിട്ടും.” – അച്ഛൻ പറഞ്ഞു.

“അവന്റെ കാൽ തൊട്ട് വന്ദിക്ക്” – നമ്പൂതിരി ആദർശിനോട് നിർദ്ദേശിച്ചു.

“അതുവേണ്ട, തെറ്റായതൊന്നും കുട്ടികളെ ശീലിപ്പിക്കരുത്. എല്ലാ മനുഷ്യരുടെയും ശരീരം നിർമ്മിച്ചിരിക്കുന്നത് ഒരേ വസ്തുക്കൾ കൊണ്ടാണ്. രക്തവും മജ്ജയും മാംസവും കൊണ്ടല്ലാതെ ബ്രാഹ്മണരുടെ ശരീരം പനിനീരും പാലും കൊണ്ടാണോ നിർമ്മിച്ചിട്ടുള്ളത്? ഒരാൾ ആദിവാസിക്കുടിലിൽ ജനിക്കുമ്പോൾ മറ്റൊരാൾ അഗ്രഹാരത്തിൽ പിറക്കുന്നു എന്നേയുള്ളൂ. എവിടെ ജനിച്ചാലും മനുഷ്യൻ മനുഷ്യനായി ജീവിക്കണമെന്നല്ലേ നമ്പൂതിരി ചൊല്ലുന്ന മന്ത്രങ്ങളിൽ വ്യക്തമാക്കുന്നത്? എന്നിട്ടും കാലുഷ്യത്തോടെ ഇടപെട്ടതിന് ഒരുപക്ഷേ, ദൈവം കാട്ടിത്തന്ന നേർവഴിയാവാം ഇത്.”– അച്ഛൻ പറഞ്ഞു.

“എന്റെ പിഴകൾക്കുള്ള ശിക്ഷയായിട്ടാവും ഇന്നലെ അങ്ങനെയൊക്കെ സംഭവിച്ചത്. ഈശ്വരന്റെ രൂപത്തിൽ അവിടെ എന്റെ കുഞ്ഞിനെ രക്ഷിക്കാൻ അവതരിച്ചത് ഈ കുഞ്ഞാണ്. മാഷേ, എനിക്കൊരു തെറ്റുപറ്റി. അത് തിരുത്തണം. ആദർശിനെ തിരികെ ഈ സ്കൂളിൽ പ്രവേശിപ്പിക്കണം.”– നമ്പൂതിരി അപേക്ഷിച്ചു.

“നമ്പൂതിരീ, തീരുമാനങ്ങളെടുക്കുന്നത് വികാരങ്ങൾക്ക് കീഴ്പെട്ടാവരുത്. ആലോചിച്ചേ വേണ്ടത് ചെയ്യാവൂ. അന്ന് ആദിവാസിബാലന് പ്രവേശനം കൊടുത്തതിന്റെ പേരിൽ ടി സി വാങ്ങിയത് അത്തരമൊരു എടുത്തുചാട്ടമായിരുന്നു. ഇപ്പോൾ വീണ്ടും അവനെ ഈ സ്കൂളിലേക്ക് മാറ്റണമെന്ന ആലോചന അതിനെക്കാൾ അപക്വമായതും ആലോചനയില്ലാത്തതുമല്ലേ? ഇത് മൂന്നാമത്തെ ടേമാണ്. ഒന്നാം ടേമിലാണ് നിങ്ങൾ ആദർശിന് ടി സി വാങ്ങിയത്. അവസാന ടേം ആവുമ്പോൾ അവൻ അവി

ടത്തെ രീതികളുമായി പരിചയപ്പെട്ടിട്ടുണ്ടാവും. വീണ്ടും ഒരു പറിച്ചുനടൽ വിദ്യാർത്ഥി എന്ന നിലയിൽ ആദർശിന് ഒട്ടും ഗുണം ചെയ്യില്ല. മാത്രമല്ല, ഇവിടെ പഠിപ്പിച്ച ഭാഗങ്ങൾ അവിടെയും അവിടെ പഠിപ്പിച്ചത് ഇവിടെയും തീർത്തിട്ടുണ്ടാവില്ല. അത് മിടുക്കനായൊരു കുട്ടിയെ ബാധിക്കും. ഫുൾ ഫീസും ബസ് ഫീസും കൃത്യമായി തരുന്ന ഒരു കുട്ടി തിരികെ വരുന്നത് മാനേജ്മെന്റിന് ഗുണകരമാവുമെങ്കിലും ഇപ്പോൾ വിദ്യാർത്ഥിക്ക് പ്രയോജനം ചെയ്യില്ല."- അച്ഛൻ വ്യക്തമാക്കിയതോടെ അയാൾ കൈകൂപ്പി യാത്രചോദിച്ച് പുറത്തേക്കുപോയി. ആദർശിനൊപ്പം നില്ക്കുകയായിരുന്ന കണ്ണനുൾപ്പെടെ ഞങ്ങളെയെല്ലാപേരെയും വാത്സല്യത്തോടെ തഴുകാനും അയാൾ മറന്നില്ല.

കൃത്യം 9.30 ന് ഞങ്ങൾ പുറപ്പെട്ടു.

"കണ്ണന്റെ കാര്യങ്ങൾ ഇന്ന് എല്ലാ പത്രത്തിലുമുണ്ടല്ലോ. ഒറ്റദിവസംകൊണ്ട് ആള് സൂപ്പർ താരമായി"- ഇന്ദുലേഖ ടീച്ചർ പറഞ്ഞു. ഹിന്ദിയാണ് ടീച്ചർ പഠിപ്പിക്കുന്നത്.

"ടീച്ചറെന്തിനാ നമ്മുടെ കഞ്ഞീൽ പാറ്റയിടുന്നത്? ഹിന്ദീം മേം ബോലോ..."- രാമാനന്ദൻ സാർ കളിയാക്കി.

"സ്കൂളില്ലാത്ത ദിവസമല്ലേ, ഇന്നെങ്കിലും സാർ നല്ല മലയാളം പഠിക്കുന്നുണ്ടെങ്കിൽ പഠിച്ചോട്ടെ എന്നു കരുതി സൗജന്യ പരിശീലനം നല്കിയതാണ്."- ഉരുളയ്ക്കുപ്പേരിയായി ടീച്ചറിന്റെ മറുപടി.

"ഓരോരുത്തരും അവരവർ പഠിപ്പിക്കുന്ന വിഷയത്തിൽ സംസാരിച്ചാൽ നന്നായിരിക്കും. കണക്കുസാറിന് കാര്യങ്ങൾ 1,2,3.... എന്നിങ്ങനെ അക്കത്തിൽ പറയേണ്ടിവരും. പ്രകാശസംശ്ലേഷണം, ആൽഗ എന്നൊക്കെയാവും സയൻസ് സാറിന്റെ ഭാഷ്യം. സാമൂഹ്യപാഠം സാറിന് പഴയ കാര്യങ്ങളേ പറയാനാവൂ. സൗരയൂഥവും അതിൽ വരുന്നതിൽ നിർബ്ബന്ധമാണെങ്കിൽ ആകാശത്തേക്കുറിച്ചും പറയാം. കായികാദ്ധ്യാപകന്റെ കാര്യമാകഷ്ടം. ബസ്സിനകത്തും എഴുന്നേറ്റുനിന്ന് ഓടണം."- അലിയാർ സാർ പറഞ്ഞത് കൂട്ടച്ചിരിയുയർത്തി.

"കന്യാകുമാരിയിൽ കേരളാ ഹൗസിലാണ് നമ്മുടെ

ഇന്നത്തെ താമസം. അസ്തമയം കാണാൻ പാകത്തിന് അവിടെ എത്തിയാൽ മതി. പത്മനാഭപുരം കൊട്ടാരവും ശുചീന്ദ്രം ക്ഷേത്രവും കണ്ട് കന്യാകുമാരിയിലെത്തുമ്പോൾ സൂര്യൻ കടലിൽ മുങ്ങാറായിട്ടുണ്ടാകും. നാളെ ഉദയം കണ്ട് വിവേകാനന്ദപ്പാറയിലും പോയി തിരികെവന്ന് ഉച്ചവരെ ഷോപ്പിങ്. കൃത്യം രണ്ടുമണിക്ക് കന്യാകുമാരിയിൽനിന്ന് തിരിക്കണം."- യാത്രയുടെ ചുമതലക്കാരനായ ഭദ്രൻ സാർ പറഞ്ഞതിനോട് എല്ലാവരും യോജിച്ചു.

"കണ്ണാ, ഒരു പാട്ടുപാടൂ.."-രാമാനന്ദൻ സാർ നിർദ്ദേശിച്ചു.

അത് കേൾക്കാത്ത താമസം ഒരു മടിയുമില്ലാതെ കണ്ണൻ മനോഹരമായ നാടൻപാട്ട് പാടി. അത് തീർന്നതും എല്ലാവരും കൈയടിച്ചഭിനന്ദിച്ചു.

"അടുത്തത് നന്ദന്റെ കവിത ചൊല്ലൽ."

ചങ്ങമ്പുഴയുടെ "ആരു വാങ്ങുമിന്നാരു വാങ്ങുമീ-യാരാമത്തിന്റെ രോമാഞ്ചം" എന്നു തുടങ്ങുന്ന കവിത മനോഹരമായി ചൊല്ലിയ ചേട്ടനും കൈയടി കിട്ടി.

ഇന്ദുലേഖ ടീച്ചറിന്റെ മകൾ കൃഷ്ണവേണിയുടെ മിമിക്രിയായിരുന്നു അടുത്ത ഇനം. അലിയാർ സാറിന്റെ ഭാര്യ സെബീനത്താത്ത പാടിയ മാപ്പിളപ്പാട്ട് എല്ലാവരെയും ചിരിപ്പിച്ചു. അതുകഴിഞ്ഞ് "പണ്ടുപാടിയ പാട്ടിലൊരെണ്ണം..." എന്നു തുടങ്ങുന്ന ലളിതഗാനം ഞാൻ പാടി. അച്ഛന് ഏറ്റവുമിഷ്ടമുള്ള ലളിതഗാനമാണത്.

ഭദ്രൻ സാറിന്റെ ഞാറ്റുപാട്ടും രസകരമായിരുന്നു. ജോണി സാർ കഥാപ്രസംഗം അവതരിപ്പിക്കുന്നതിനിടയിലാണ് പെട്ടെന്ന് ബസ് നിന്നത്. റോഡിന്റെ കുറുകെ ഒരു കമുക് വീണുകിടക്കുന്നു...

ഡ്രൈവർ നാസർ ചേട്ടൻ ചുറ്റും നോക്കി, ഞങ്ങളും... ആരെയും കാണാനില്ല. ചേട്ടൻ കമുക് മാറ്റാനായി താഴെയിറങ്ങി. ചേട്ടൻ ഇറങ്ങിയ ഡോറിലൂടെ ഒരാൾ പെട്ടെന്ന് അകത്തുകയറി, പിന്നാലെ രണ്ടുപേരും. അവരെല്ലാം മുഖംമൂടി ധരിച്ചിട്ടുണ്ട്. തോളിൽ സിനിമയിൽ വില്ലന്മാർ വച്ചിരിക്കുന്നതുപോലത്തെ

തോക്കുണ്ട്.

"എ കെ 47"- തൊട്ടടുത്തിരുന്ന രാമാനന്ദൻ സാർ അടക്കം പറഞ്ഞത് കേൾക്കാനായി.

അവരിലൊരാൾ മുന്നോട്ടുവന്ന് ബസിന്റെ പ്രധാനവാതിലിന്റെ ലോക്ക് ചവിട്ടിത്തുറന്നു. അതുവഴിയും ഒരാൾ അകത്തേക്കു കയറി. ആദ്യം കയറിയ ആൾ ഡ്രൈവറുടെ സീറ്റിലിരുന്നു. ഒടുവിൽ കയറിയ ആൾ ആ വാതിലിൽത്തന്നെ നിന്നു. കൂട്ടത്തിലൊരാൾ നേരെ ഏറ്റവും പിന്നിലെ വലിയ സീറ്റിലെ ആളുകൾക്കിടയിലേക്ക് ഞെരുങ്ങിയിരുന്നു...

"നിങ്ങൾ ആരാണ്?"- അച്ഛൻ ചോദിച്ചു.

"ചോദ്യങ്ങൾ വേണ്ട. ഞങ്ങൾ പറയേണ്ട കാര്യങ്ങൾ പറയേണ്ട സമയത്ത് പറയും, അത് അനുസരിച്ചോളണം. മറ്റ് സംസാരം വേണ്ട."- പ്രധാനവാതിലിൽനിന്ന ആൾ പറഞ്ഞു.

ഇതിനിടയിൽ ആരോ മുന്നിലുണ്ടായിരുന്ന തടസ്സം മാറ്റിയിരുന്നു.

വണ്ടി സ്റ്റാർട്ടുചെയ്തത് ഡ്രൈവർ സീറ്റിലിരുന്ന തടിയനാണ്.

"നാസറെവിടെ?"- ഭദ്രൻ സാർ ചോദിച്ചു. അവിടെനിന്ന മുഖംമൂടി ധാരിയുടെ മുഖമടച്ചുള്ള അടിയായിരുന്നു അതിന്റെ മറുപടി.

"അയ്യോ..." സ്ത്രീകൾ പേടിച്ചു കരഞ്ഞു.

"ശബ്ദം കേൾക്കരുത്. ഒരു കാര്യം ഒന്നിലേറെ തവണ പറയിപ്പിക്കരുത്."- അയാൾ ക്രുദ്ധനായി.

പിന്നെ ഒച്ചയുണ്ടാക്കിയില്ല... എങ്കിലും പൊന്തിവരുന്ന ഏങ്ങലടിയുടെ അമർത്തിയ ശബ്ദം കേൾക്കാമായിരുന്നു. എല്ലാവരും പേടിച്ചുവിറച്ചിരിക്കുകയാണ്.

മെയിൻ റോഡിൽനിന്ന് ബസ് ഒരിടറോഡിലേക്ക് തിരിഞ്ഞു. രണ്ടുവശത്തും സമൃദ്ധമായ കൃഷി. വാഴയാണ് കൂടുതൽ.

ബസ് പെട്ടെന്ന് നിന്നു. ഒരാൾ ചുവന്ന നിറത്തിലുള്ള ഓരോ തുണി കൊണ്ടു തന്നു. തോർത്തിന്റെ അത്ര നീളം വരും.

"എല്ലാവരും ഈ തുണിയെടുത്ത് രണ്ടായി മടക്കി കണ്ണു

കെട്ടണം."- അയാൾ ആവശ്യപ്പെട്ടു.

"എന്താടോ പറഞ്ഞ ഉടൻ ചെയ്യാനൊരു മടി?"- മൊട്ടത്തല യൻ മുഖം മൂടിധാരി രാമാനന്ദൻ സാറിന്റെ കരണത്ത് ഒറ്റ അടി. അതുകണ്ട് കരയാനൊരുങ്ങിയ ഇന്ദുലേഖ ടീച്ചർ മറ്റൊരു മുഖം മൂടി ധരിച്ചയാളിന്റെ മൂളലിൽ അതമർത്തി.

ബാക്കിയുള്ളവർ ഒരു മിനിട്ടിനുള്ളിൽ കണ്ണുകെട്ടി. അച്ഛ നാണ് എന്റെ കണ്ണ് കെട്ടിത്തന്നത്. എല്ലാവരും വേഗത്തിൽ കണ്ണു കെട്ടാൻ വേണ്ടിയാണ് രാമാനന്ദൻ സാറിനെ അടിച്ചതെന്ന് ഞാൻ ഊഹിച്ചു.

പിന്നെയും ബസ് ഓടാൻ തുടങ്ങി. ഇപ്പോൾ ഏതൊക്കെയോ ഊടുവഴികളിലൂടെയാണ് യാത്രയെന്ന് വ്യക്തം. കണ്ണുകെട്ടിയതി നാൽ ഒന്നും കാണാൻ വയ്യെങ്കിലും വളവും തിരിവും വണ്ടി യുടെ അതിവേഗതയും കാരണം മിക്കവരും സീറ്റിൽനിന്ന് വീഴാ തിരിക്കാൻ കമ്പിയിൽ മുറുകെ പിടിച്ചിരിക്കുകയാണ്.

"ഇറങ്ങ്"- ബസ് നിർത്തിയശേഷം ഡ്രൈവറുടെ സീറ്റിലി രുന്ന ആൾ പറഞ്ഞു.

''കണ്ണിലെ കെട്ട് മാറ്റാൻ ആരാണ് പറഞ്ഞത്?''- ചോദ്യത്തോടൊപ്പം അടിയുടെ ഒച്ചയും കേട്ടു. ജോണിസാറി നാണ് അടികിട്ടിയതെന്ന് തോന്നുന്നു. ഓരോരുത്തരും തപ്പി ത്തപ്പി പുറത്തേക്കിറങ്ങി. അതൊരു നദിയുടെ തീരമാണെന്ന് തോന്നുന്നു. നല്ല തണുത്ത കാറ്റിനു പുറമേ, വെള്ളമൊഴുകുന്ന ശബ്ദവും കേൾക്കാം.

ഓരോരുത്തരെയായി ചങ്ങാടത്തിൽ കയറ്റുകയാണ്. ഓരോ നിസ്സാര കുറ്റത്തിനും അടിച്ചശേഷം ഉച്ചത്തിൽ കോപത്തോടെ യാണ് അവർ സംസാരിക്കുന്നത്. അനുസരിപ്പിക്കാൻ വേണ്ടി യാകണം അവർ ഇങ്ങനെ ക്രൂരത കാട്ടുന്നത്.

ആദ്യത്തെ ചങ്ങാടയാത്ര. കഴിഞ്ഞ വർഷം ചങ്ങാ ടത്തെക്കുറിച്ച് പഠിക്കാനുണ്ടായിരുന്നതിനാൽ ഇത് ചങ്ങാടമാ യിരിക്കുമെന്ന് ഊഹിച്ചതാണ്.

"മൊബൈൽ ഫോൺ കൈയിലുള്ളവരെല്ലാം എടുക്കണം."

– അടുത്ത ആവശ്യം.

“ബസ്സിലെ ബാഗിലിരിക്കുകയാണ്”– ഇന്ദുലേഖ ടീച്ചർ പറഞ്ഞു.

“കൈയിലുള്ളവരെന്ന് പറഞ്ഞാൽ മനസ്സിലാവില്ലേ?” –പരുക്കൻ സ്വരത്തിനൊപ്പം അടിപൊട്ടുന്ന ശബ്ദവും. ഇന്ദുലേഖ ടീച്ചറിന്റെ കരച്ചിലുയർന്നു.

“മോങ്ങൽ നിർത്താൻ..”– അയാളുടെ ക്രുദ്ധസ്വരം കേട്ടതോടെ ടീച്ചർ കരച്ചിലൊതുക്കി. നിസ്സഹായരായ സ്ത്രീകളെപ്പോലും ഉപദ്രവിക്കുന്ന ഇവർ അധമരാണെന്ന കാര്യത്തിൽ സംശയമേയില്ല.

“എടുത്തു കഴിഞ്ഞവർ മൊബൈൽ ഫോൺ ഓഫാക്കണം.”– അയാൾ ആവശ്യപ്പെട്ടു.

“ഇനി എല്ലാവരും അതിങ്ങുതരണം”– ഒരാൾ ഞങ്ങളുടെ അടുത്തുകൂടി നടന്ന് അത് വാങ്ങുന്നത് കാണാനായില്ലെങ്കിലും മനസ്സിലായി. ചങ്ങാടം തുഴയുന്ന ശബ്ദവും നീരൊഴുക്കിന്റെ ശബ്ദവും മാത്രമേ കേൾക്കാനുള്ളൂ. ചങ്ങാടം കരയ്ക്കടുക്കുകയാണ്. എല്ലാവരെയും പുറത്തിറക്കി.

“ഇനി മുന്നോട്ട് നടക്കണം.”– ഇതുവരെ കേൾക്കാത്ത ശബ്ദത്തിന്റെ ഉത്തരവാണ്. അയാൾ ഒരുപക്ഷേ, ഇവിടെ കാത്തു നിന്നിട്ടുണ്ടാവണം.

ആരോ വീണ ശബ്ദം. ചേട്ടനാണെന്ന് തോന്നുന്നു.

“വീഴാതെ നടക്കെടാ ചെക്കാ, നീ എന്താ പിച്ചവച്ചു കളിക്കുകയാണോ?”– ദേഷ്യത്തോടെയുള്ള ചോദ്യം. ഭാഗ്യം അടിയുടെ ശബ്ദം കേട്ടില്ല.

ഒരു കെട്ടിടത്തിന്റെ മുൻവശത്തെ പടികൾ കയറുകയാണെന്നാണ് കരുതുന്നത്. ആരൊക്കെയോ പിടിച്ചുകയറ്റുകയാണ്. അതാവണം വരാന്ത. അതിനുശേഷം ഒരു ഹാൾ. വീണ്ടും കോണിപ്പടികൾ.. 24 പടികൾ ഞാൻ എണ്ണി. ഒരു മുറി തുറക്കുന്ന ശബ്ദം കേട്ടു..

“എല്ലാത്തിനേയും ഇങ്ങോട്ടിട്ടേരെ...”– ബസ്സോടിച്ച ആളിന്റെ പരുക്കൻ ശബ്ദം.

ആരെയൊക്കെയോ പിടിച്ചു തള്ളി. ചിലരൊക്കെ മുറിയിലേക്ക് വന്നുവീണു...

“കണ്ണിലെ കെട്ടഴിച്ചോട്ടെ”- കണ്ണന്റെ ചോദ്യം. ഒരടിയുടെ ശബ്ദമാണ് പ്രതീക്ഷിച്ചത്.

“ഉം...”- ഒരു മൂളൽ. ഒപ്പം വാതിൽ വലിച്ചടയ്ക്കുന്ന ശബ്ദം. അത് പൂട്ടുന്നതിന്റെ ഒച്ചയാണ് പിന്നീട് കേട്ടത്.

പത്ത്

വലിയൊരു ഹാളായിരുന്നു അത്. രണ്ട് ജനാലകളുണ്ട്. അകത്ത് ഒരു വാതിലും. അവ അടച്ചിരിക്കുകയാണ്. കോൺക്രീറ്റ് ചെയ്തതാണ് മുകൾ ഭാഗം. അതിനർത്ഥം ഇതൊരു വലിയ മാളികയാണെന്ന് അച്ഛൻ പറഞ്ഞു. ചിലപ്പോൾ പഴയ രാജാക്കൻമാരുടെ കൊട്ടാരമോ ജന്മികൾ പണികഴിപ്പിച്ച മാളികയോ ആവാമെന്ന് അച്ഛൻ വിശദീകരിച്ചു.

അതുവരെ അടക്കിനിർത്തിയ വിഷമം അമ്മയിൽനിന്ന് കരച്ചിലായി പുറത്തുചാടി. അതോടെ ഇന്ദുലേഖ ടീച്ചറിലേക്കും പിന്നീട് മറ്റ് സ്ത്രീകളിലേക്കും അത് വ്യാപിച്ചു.

"കരയരുത്. അതുകൊണ്ട് ഒരു പ്രയോജനവുമില്ലെന്ന് മാത്രമല്ല, ചിലപ്പോൾ അവരെ വീണ്ടും പ്രകോപിപ്പിക്കുന്നതിനുമിടയാക്കിയേക്കാം. അത് കാര്യങ്ങൾ വഷളാക്കുകയേയുള്ളൂ. ഇവർ ആരാണ്, എന്താണ് ഉദ്ദേശ്യം- ഇതൊന്നും ഇപ്പോൾ വ്യക്തമല്ല. നമ്മെ കൊള്ളയടിക്കുകയല്ല ഇവരുടെ ലക്ഷ്യം. അങ്ങനെയാണെങ്കിൽ ഇത്രയും കഷ്ടപ്പെട്ട് ഇങ്ങ് കൊണ്ടുവരുമായിരുന്നില്ല. നമ്മളെ ബന്ദിയാക്കി വിലപേശുകയാവും ഇവരുടെ ഉദ്ദേശ്യം. അത് സർക്കാരുമായിട്ടാകാനേ സാദ്ധ്യതയുള്ളൂ. പണത്തിനുവേണ്ടിയാണെങ്കിൽ ഏതെങ്കിലും പണക്കാരുടെ കുടുംബാംഗങ്ങളെ ലക്ഷ്യം വയ്ക്കുന്നതാണ് എളുപ്പവും റിസ്ക് കുറവും. അപ്പോൾ

ഇവർ ഏതെങ്കിലും തീവ്രവാദ സംഘമാകാനാണിട. ഇതുവരെയും ഇവരുടെ പെരുമാറ്റം കുഴപ്പമില്ലാത്ത രീതിയിലായിരുന്നു. അവർ ആവശ്യമില്ലാതെ അടിക്കുകയും ദേഷ്യപ്പെടുകയും ചെയ്തത് ഒട്ടും എതിർപ്പില്ലാതെ നമ്മെ അനുസരിപ്പിക്കാനായിരിക്കും. ഇവരുടെ പക്കൽ എ കെ 47 തോക്ക് ഉള്ളതിനാൽ അത്ര നിസ്സാരരല്ല."- അച്ഛൻ പറയുന്നത് എല്ലാവരും സശ്രദ്ധം കേട്ടിരിക്കുകയാണ്.

"ഇവർ നമ്മളെത്തന്നെ എന്തിനാണ് പിടികൂടിയത്?" - അമ്മ ഒച്ചതാഴ്ത്തി ചോദിച്ചു. അപ്പോഴും അമ്മ മൂക്ക് പിഴിയുന്നുണ്ടായിരുന്നു.

"നമ്മൾ പെട്ടുപോയതാവാനേ വഴിയുള്ളൂ. അവർ ഏതെങ്കിലും ഒരു സംഘത്തെ പിടികൂടാനായിരിക്കും ഉദ്ദേശിച്ചത്. ജയിലിൽ കിടക്കുന്ന ആരെയെങ്കിലും വിട്ടുകൊടുക്കലാവും ആവശ്യം. നമ്മളുമായി ഇതുവരെ ഒന്നും സംസാരിക്കാത്തതിൽനിന്നും അവരുടെ ഉന്നം നമ്മളല്ല എന്ന് വ്യക്തമാണ്. അതുകൊണ്ട് നമ്മൾ അവരെ പരമാവധി പ്രകോപിപ്പിക്കാതെ നോക്കണം. നടക്കാൻ പറഞ്ഞാൽ വേഗം നടക്കണം, ഓടാൻ നിർദ്ദേശിച്ചാൽ അതിവേഗം ഓടണം. എന്തും ചെയ്യാൻ മടിയില്ലാത്ത കൂട്ടരാവും ഇവർ. ചോരക്കളി ഇവർക്ക് പുത്തരിയാവില്ല."- അച്ഛൻ പറഞ്ഞു.

ഓരോരുത്തരും ദീർഘനിശ്വാസംവിട്ട് ഹാളിൽ നിലത്ത് കുത്തിയിരിക്കുകയാണ്. കണ്ണുകെട്ടാൻ ഉപയോഗിച്ച തുണികൾ പലേടത്തായി ചിതറിക്കിടപ്പുണ്ട്.

ഫർണിച്ചറൊന്നും അവിടെ ഇല്ലായിരുന്നു. ഹാളിന്റെ അറ്റത്തെ വാതിലിനടുത്തെത്തിയ കണ്ണൻ മെല്ലെ തള്ളി, അത് തുറന്നുവന്നു. അത് ടോയ്‌ലറ്റാണ്. കണ്ണൻ അതിനുള്ളിൽ പോയി തിരികെ വന്നപ്പോഴേക്കും വാതിലിനുമുന്നിൽ ക്യൂ രൂപം പ്രാപിച്ചിരുന്നു.

ടോയ്‌ലെറ്റിൽ രണ്ട് വലിയ ബക്കറ്റും മഗ്ഗുമുണ്ട്. ഷവർ പ്രവർത്തനക്ഷമമാണ്. അതിനകത്തെ വാട്ടർ ടാപ്പിലൂടെ ഇഷ്ടംപോലെ വെള്ളം കിട്ടുന്നുണ്ട്. ഷവറിന് മുകളിലായി ഒരു

കിളിവാതിലുണ്ട്.

അതിനകത്ത് കയറി തിരിച്ചിറങ്ങിയവരിൽ മിക്കവരും മിനുസമുള്ള നിലത്ത് കിടന്നു. നിലത്ത് അപ്പടി പൊടിയായിരുന്നെങ്കിലും ആരും അത് ഗൗനിച്ചില്ല. എന്തിനുവേണ്ടിയാണെന്നോ എവിടെയാണെന്നോ അറിയാതെ ആരുടെയോ തടവിൽ കിടക്കേണ്ടിവരിക എന്ന ഭീകരാവസ്ഥയോട് പൊരുത്തപ്പെടാനാണ് എല്ലാവരും ശ്രമിക്കുന്നത്. ആലോചിക്കുന്തോറും പലർക്കും കരച്ചിൽ വരുന്നുണ്ടെന്ന് അവരുടെ കവളിലൂടെ ഒഴുകുന്ന കണ്ണീരിൽനിന്ന് മനസ്സിലാക്കാം. പരിഭ്രമം, ക്ഷീണം, ഉൽക്കണ്ഠ... അതിനേക്കാൾ വിശപ്പും ദാഹവും. ടോയ്‌ലറ്റിലെ വാട്ടർടാപ്പിൽനിന്ന് ദാഹമുള്ളവർ വെള്ളം കുടിക്കാൻ അച്ഛൻ നിർദ്ദേശിച്ചു.

“നല്ല വെള്ളം ആയിരിക്കാനാണ് സാദ്ധ്യത. ഇവിടെ കിണറുണ്ടാവും. അത് പമ്പ് ചെയ്തുകയറ്റി മുകളിൽ സംഭരിച്ച് പൈപ്പ് കണക്ഷനിലൂടെ ഒഴുകിവരുന്നതാവും. ആഹാരമോ കിട്ടാൻ നിവൃത്തിയില്ല. വെള്ളമെങ്കിലും കുടിക്ക്. അതിന്റെ ശുദ്ധിയെക്കുറിച്ചൊന്നും തല്ക്കാലം വേവലാതിപ്പെടേണ്ട.”- അച്ഛൻ പറഞ്ഞു.

കണ്ണൻ ഒരു ജനാലയുടെ ചുവട്ടിൽ ചെന്നുനിന്നു. അത് അടച്ച് കുറ്റിയിട്ടിരിക്കുകയാണ്. കണ്ണന്റെ തലയ്ക്കുമുകളിലായാണ് ജനാല. അതിന്റെ ഏറ്റവും മുകളിൽ ഗ്ലാസ് കൊണ്ട് അടച്ച ഭാഗം കാണാം. ഒറ്റനോട്ടത്തിൽ കിളിവാതിലാണെന്ന് തോന്നുമെങ്കിലും അത് ജനാലയുടെ മുകൾഭാഗമാണെന്ന് വളരെ ശ്രദ്ധിച്ചാലേ മനസ്സിലാവൂ.

എന്തോ കണക്കുകൂട്ടിനിന്ന കണ്ണൻ പിന്നോട്ടുനടന്നശേഷം ഹൈജംപ് ചാടുംപോലെ കുതിച്ചുപൊങ്ങി. ഇപ്പോൾ മുകളിലത്തെ ജനാലക്കൈകളിൽ പിടികിട്ടി. അവിടെനിന്ന് കാൽ ജനാലയുടെ താഴേ പടിയിൽ ചവിട്ടി മുകൾപ്പടിയിൽ ഇരുന്നു. അണ്ണാൻ ഇലയിറുമ്പിൽ പറ്റിപ്പിടിച്ചിരിക്കുമ്പോലെയാണ് എനിക്ക് തോന്നിയത്. അവൻ ഗ്ലാസ് പാളികളിലൂടെ പുറത്തേക്ക് നോക്കി. അത് അവ്യക്തമോ കാണാൻ കഴിയാത്തതിനാലോ ആവണം അവൻ അതിന്റെ കുറ്റികൾ ശബ്ദമുണ്ടാക്കാതെ തുറന്നുനോക്കിയത്. എല്ലാവരും കണ്ണന്റെ ചെയ്തികൾ ആകാംക്ഷാ

പൂർവ്വംനോക്കുകയാണ്...

ഓരോ കച്ചിത്തുരുമ്പും രക്ഷപ്പെടലിന്റെ പ്രതീക്ഷയാണ്...

രണ്ടു പാളികളും തുറന്ന് കണ്ണൻ അതിനിടയിലൂടെ പുറത്തേക്ക് നോക്കി. പത്തുമിനിട്ടോളം അവൻ അതേ നിലയിൽ ഇരുന്നു. അതിനിടയിലാണ് താഴത്തെ വാതിലിൽ പൂട്ടുതുറക്കുന്ന ശബ്ദം കേട്ടത്. അമ്മ നെഞ്ചത്ത് കൈവച്ചു. നൊടിയിടയ്ക്കുള്ളിൽ കണ്ണൻ താഴേക്ക് ചാടി നിലത്ത് അമർന്നിരുന്നു. അതോടെ എല്ലാവരും ശ്വാസംവിട്ടു.

മൊട്ടത്തലയനാണ് മുറിക്കുള്ളിലേക്ക് വന്നത്. അയാളുടെ കൈയിൽ ഏഴെട്ടുകവർ ബ്രഡ് ഉണ്ടായിരുന്നു. ഒരു പൊതിയിൽ പഴവും.

അവ അകത്തേക്കിട്ട് അയാൾ പറഞ്ഞു: "കഴിക്ക്."

എല്ലാവരെയും ഓടിച്ചൊന്നു നോക്കിയശേഷം അയാൾ പുറത്തേക്കിറങ്ങി വാതിൽ പൂട്ടി.

അമ്മ കണ്ണന്റെ അടുത്തേക്ക് വേഗത്തിൽ വന്നിരുന്നു.

"എന്താ കണ്ണാ കണ്ടത്?" - അമ്മ ചോദിച്ചു.

"ശ്ശ്" - മിണ്ടരുത് എന്ന ആംഗ്യം കാട്ടിയശേഷം അച്ഛൻ പറഞ്ഞു: "ആദ്യം ഇതെല്ലാവർക്കും കഴിക്കാൻ കൊടുക്ക്."

അമ്മ ബ്രഡും പഴവും ഓരോരുത്തർക്കും വീതിച്ചു നല്കി. ഇന്ദുലേഖ ടീച്ചർ വേണ്ടെന്നു പറഞ്ഞു.

"ഇന്ദുലേഖേ, ഇവിടെനിന്ന് രക്ഷപ്പെടണമെങ്കിൽ ആരോഗ്യം വേണം. അതിന് കിട്ടുന്നതെന്തായാലും ഭാഗ്യമെന്നു കരുതി കഴിക്കണം. അല്ലാതെ ഒരു പ്രതിസന്ധി ഉണ്ടാവുമ്പോൾ സ്വയം സമരം ചെയ്ത് ഒന്നും കഴിക്കാതെ കിടന്നാൽ മറ്റുള്ളവരുടെ രക്ഷപ്പെടൽ കൂടി തടസ്സപ്പെടുത്തുകയാണെന്ന് തിരിച്ചറിയണം." - അച്ഛൻ കർശനമായാണത് പറഞ്ഞത്.

അതുകേട്ടതും ടീച്ചർ സ്വമേധയാവന്ന് ബ്രഡും പഴവും എടുത്ത് കഴിച്ചു. അകത്തുപോയി വെള്ളവും കുടിച്ചു.

വാടിയ തളിരിലപോലെ കിടന്നവർ ആഹാരം കിട്ടിയതോടെ ഊർജ്ജസ്വലരായി. തടവിലെ അവസ്ഥയോട് പൊരുത്തപ്പെട്ടു തുടങ്ങിയ മിക്കവരുടെയും കരച്ചിൽ നിലച്ചു.

കണ്ണൻ നേരത്തെ ചെയ്തതുപോലെ ജനാലയിലേക്ക് കുതിച്ചുയർന്ന് അതിന്റെ പടിയിലിരുന്ന് ചുറ്റുപാടും നോക്കിപ്പഠിക്കാൻ തുടങ്ങി. അവന്റെ കണ്ണുകൾ സൂക്ഷ്മതയോടെ ചലിക്കുന്നത് ഞങ്ങൾക്ക് കാണാമായിരുന്നു. അരമണിക്കൂറിലേറെ കഴിഞ്ഞാണ് അവൻ നിലത്തെത്തിയത്. വീണ്ടും കുതിച്ചുയർന്ന് അടുത്ത ജനാലയിലും ഇതേപടി നിരീക്ഷണം തുടർന്നു. അവിടെയും ഇത്രയും സമയം ചെലവഴിച്ചശേഷമാണ് അവൻ നിലത്തെത്തിയത്. ശബ്ദമുണ്ടാക്കാതെ നിലത്തേക്ക് ചാടിയിറങ്ങാനുള്ള അവന്റെ കഴിവ് ഞങ്ങളെല്ലാം അത്ഭുതത്തോടെയാണ് നോക്കിക്കണ്ടത്. ഒട്ടും ശബ്ദമുണ്ടാക്കാതെ നിലത്തുകൂടി വേഗത്തിൽ നടക്കാനും മറ്റാർക്കും കഴിയില്ലെന്ന് ഭദ്രൻസാർ അലിയാർ സാറിനോട് പറയുന്നത് കേട്ടു.

കണ്ണൻ അച്ഛനിരിക്കുന്നിടത്തേക്ക് ചെന്നു.

“വലിയൊരു വീടാണിത്. കുറേദൂരെക്കൂടി ഒരു പുഴ ഒഴുകുന്നുണ്ട്. ചങ്ങാടത്തിൽ നമ്മൾ വന്നതിൽനിന്ന് ചീങ്കണ്ണി ഇല്ലെന്നൂഹിക്കാം. ഇതിന് ചുറ്റും കാടാണ്. ഇങ്ങോട്ടുവരാൻ രണ്ടുമൂന്ന് നടപ്പാതകൾ കണ്ടു. ഒന്ന് അല്പം വീതിയുള്ള ചെമ്മൺ പാത. അതിലൂടെ ഒരു ജീപ്പ് പുറത്തേക്ക് പോയി. ആ നമ്പർ കുറിച്ചുവയ്ക്കട്ടെ, ഒരു പേന വേണം.” – കണ്ണൻ ആവശ്യപ്പെട്ടു.

മഷി ഒഴിച്ചെഴുതുന്ന പേനയാണ് ഇന്ദുലേഖ ടീച്ചർ നല്കിയത്.

“ഇതുപയോഗിച്ചെഴുതിയാൽ വെള്ളം നനഞ്ഞാൽ മായും. ബോൾ പോയിന്റ് പേന മതി.”

ഭദ്രൻ സാർ പേനയും പേപ്പറും നല്കി. കണ്ണൻ നമ്പർ എഴുതിയെടുത്തു. ഒന്ന് ഷർട്ടിന്റെയും അടുത്തത് പാന്റിന്റെയും പോക്കറ്റിലിട്ടു.

“കാടിനപ്പുറത്തും മരങ്ങൾ ഇടതൂർന്ന് നില്ക്കുന്നതിനിടയിൽ ജനങ്ങൾ താമസിക്കുന്നതായിരിക്കുമെന്ന് അവിടെ ചോലയിൽ കാണപ്പെട്ട മരപ്പച്ചയുടെ വിള്ളൽ തെളിയിക്കുന്നു.” – കണ്ണൻ പറഞ്ഞു.

പെട്ടെന്ന് എന്തോ കണ്ടതിന്റെ സന്തോഷത്തിൽ അവന്റെ

കണ്ണുകൾ വിടർന്നു. അവൻ കണ്ണുകെട്ടാനുപയോഗിച്ച തുണികൾ ഓരോന്നായി പെറുക്കിയെടുത്ത് ഒരു മൂലയിൽ കൊണ്ടിട്ടു.

"എന്തിനാ കണ്ണാ ഇത്?" - അമ്മ ചോദിച്ചു.

"ഒരാവശ്യമുണ്ട്, പിന്നീട് പറയാം." - കണ്ണന്റെ മറുപടി.

"വൈദ്യുതി ലൈൻ കാണാനുണ്ടായിരുന്നോ കണ്ണാ?"- രാമാനന്ദൻ സാർ ചോദിച്ചു.

"ഇല്ല."

രാത്രിയായി. മുറിയിൽ വെളിച്ചമില്ല. മുകളിലത്തെ കിളിവാതിലിൽനിന്ന് അരിച്ചെത്തുന്ന വെളിച്ചം പരസ്പരം കാണാൻ പോലും പര്യാപ്തമല്ലായിരുന്നു. നിഴലനങ്ങുന്നതുപോലെ തിരിച്ചറിയാമെന്ന് മാത്രം.

കാലടിപ്പാടുകളുടെ ശബ്ദം അടുത്തടുത്താവുന്നു. വാതില്ക്കൽ വന്ന് ആ ശബ്ദം നിലച്ചു. താഴ് തുറക്കുന്ന ശബ്ദം. നേരത്തെ വന്ന ആൾ ഇത്തവണ കുറെ ബണ്ണും പഴങ്ങളുമായിട്ടാണെത്തിയത്. അയാളുടെ കൈയിൽ ആ പ്രദേശമാകെ വെള്ളിവെളിച്ചം നിറച്ച് വലിയൊരു ടോർച്ച് ഉണ്ടായിരുന്നു.

"വെട്ടമില്ല, ഒരു മെഴുകുതിരിയെങ്കിലും തരാമോ?" - ഭവ്യതയോടെയാണ് രാമാനന്ദൻ സാറിന്റെ ചോദ്യം.

"ഇയാളെന്താ സിനിമയ്ക്കുപോകാൻ ഒരുങ്ങുകയാണോ? മര്യാദയ്ക്ക് ഇതെടുത്തു കഴിച്ച് ഇവിടെയെങ്ങാനും കേറിക്കിടന്നോളണം" - പേടിപ്പെടുത്തുന്ന ഒച്ചയിൽ പറഞ്ഞ് അയാൾ പുറത്തിറങ്ങി വാതിൽ പൂട്ടി.

"വരൂ. വരൂ..." - കണ്ണൻ വിളിച്ചു: "വേഗം കഴിക്കണം."

"അതെന്തിനാ?" - ചേട്ടൻ ചോദിച്ചു.

"ആ ജോലി തീർക്കാം." - കണ്ണന്റെ മറുപടി കേട്ട് ആ വിഷമത്തിനിടയിലും ചിരിയുതിർന്നു.

നേരത്തെ, ബ്രഡും പഴവും. ഇപ്പോൾ ബണ്ണും പഴവും... ഭക്ഷണം മടുപ്പുതോന്നിയെങ്കിലും എല്ലാവരും വേഗം കഴിച്ചു തീർത്തു. ആരും രുചി നോക്കിയില്ല.

പതിനൊന്ന്

ജാലകപ്പഴുതിലൂടെ നിലാവിന്റെ നേരിയ വെട്ടം അരിച്ചെത്തുന്നതൊഴിച്ചാൽ മുറിയിൽ കുറ്റാക്കുറ്റിരുട്ടാണ്. എങ്കിലും ഇരുട്ടിൽതന്നെ കുറേനേരമായി കഴിയുന്നതിനാൽ പരസ്പരം കാണാൻ കഴിയുന്നുണ്ട്.

മിക്കവരും ഉറങ്ങിക്കഴിഞ്ഞു. ഈ രാത്രി രക്ഷിക്കാനാരെങ്കിലും എത്തുമെന്ന പ്രതീക്ഷ ആർക്കുമില്ല. എന്തിനാണ് ഇങ്ങനെ തടവിൽ പാർപ്പിച്ചിരിക്കുന്നതെന്നുപോലും അറിയാനാവാത്തതിന്റെ അനിശ്ചിതത്വം മിക്കവരെയും വല്ലാതെ അസ്വസ്ഥമാക്കിയിട്ടുണ്ട്. അതുകൊണ്ടുതന്നെ മിക്കവരും വെറും തറയിൽ കിടന്നുറങ്ങുകയാണ്. മാനസികമായി അവർ അത്രയ്ക്ക് ക്ഷീണിതരാണ്.

കണ്ണനെ അവനിരുന്നിടത്ത് കണ്ടില്ല. കിടക്കുന്നവരുടെ കൂട്ടത്തിലും കണ്ണനില്ല. ജനാലയ്ക്ക് ചുവട്ടിലിരുന്ന് അവൻ എന്തോ ചെയ്യുകയാണല്ലോ. ഞാൻ പതിയെ എഴുന്നേറ്റു. ഉറങ്ങുന്ന മറ്റാരെയും ഉണർത്താതിരിക്കാൻ മെല്ലെ മെല്ലെ ശബ്ദം ഒട്ടുമുണ്ടാക്കാത്ത വിധത്തിലാണ് ഞാൻ ചുവടുകൾ വച്ചത്.

നിഴലനങ്ങിയതുകൊണ്ടാവണം കണ്ണൻ തിരിഞ്ഞു നോക്കി. എന്താണെന്ന് അവൻ കൈ കൊണ്ട് ആംഗ്യം കാട്ടി. ഒന്നുമില്ലെന്ന് ആ ഇരുട്ടിൽ ആംഗ്യം കാട്ടിയത് അവന് മനസ്സിലായോ

എന്തോ. അവൻ ചെയ്യുന്ന ജോലിയിൽ മുഴുകി ഇരിക്കുകയാണ്...

"എന്താ ചെയ്യുന്നത്?" - അവന്റെ പിന്നിലെത്തി ചെവിയിൽ മന്ത്രിക്കുന്നതുപോലെ ചോദിച്ചു.

"ഈ തുണികൾ കൂട്ടിക്കെട്ടുകയാണ്." - അവൻ പറഞ്ഞു.

"ഇതെന്തിനാ?" - ഞാൻ ചോദിച്ചു.

"വെറുതെ, എന്തെങ്കിലും ആവശ്യം വന്നാലോ? പോയി കിടന്നോ..." - അവൻ പറഞ്ഞു.

എന്നോട് പോയി കിടക്കാൻ പറഞ്ഞത് എനിക്കിഷ്ടമായില്ല. അവനും വലിയ ആളു കളിക്കയാണോ? ചില നേരത്ത് ചേട്ടനും ഈ സ്വഭാവമുണ്ട്.

അവൻ മെല്ലെ എഴുന്നേറ്റു. അതിനുശേഷം വീണ്ടും കുതിച്ച് പകലത്തേതുപോലെ ജനാലപ്പടിയിലേക്ക് കയറി. അരമണിക്കൂറോളം കണ്ണൻ അവിടിരുന്ന് പുറത്തേക്ക് നോക്കിക്കൊണ്ടിരുന്നു. ഇപ്പോൾ എനിക്കത് കുറച്ചുകൂടി വ്യക്തമായി കാണാം. നിലത്തിറങ്ങി വീണ്ടും പഴയപടി അടുത്ത ജാലകപ്പടിയിലേക്ക് കുതിച്ചുയർന്ന് ഇരിപ്പുറപ്പിച്ചു. അതും അരമണിക്കൂറോളമെടുത്തിട്ടുണ്ടാവും.

അവൻ നിലത്തിറങ്ങി അധികം കഴിയുംമുമ്പ് അച്ഛൻ ടോയ്‌ലറ്റിൽ പോകാൻ എഴുന്നേറ്റു. അച്ഛൻ തിരികെ വരാൻ നേരം അവൻ വാതിലിൽ നിന്നു.

"പൊയ്ക്കോ."- അച്ഛൻ അവനു കേൾക്കാവുന്ന ചെറിയ ശബ്ദത്തിൽ പറഞ്ഞു.

'മാഷും വാ" - അവൻ വിളിച്ചു. അവന്റെ ആ ആവശ്യത്തിലെ അസാധാരണത്ത്വം തിരിച്ചറിഞ്ഞ് അച്ഛൻ കൂടെച്ചെന്നു. സാധാരണ എത്ര നട്ടപ്പാതിരയ്ക്കും ആരുടെയും സഹായം കൂടാതെ ഇറങ്ങിനടക്കുന്നവനാണ്. അവർ രണ്ടുപേരും അകത്തേക്ക് പോകുന്നതുകണ്ട് ഞാനും അങ്ങോട്ട് ചെന്നു. അതിനകത്ത് തുറന്നിട്ട കിളിവാതിലിലൂടെ നിലാവ് കടക്കുന്നതിനാൽ കൂടുതൽ വെളിച്ചമുണ്ട്.

"ഇതെന്താ?" - അച്ഛൻ ചോദിച്ചു.

“നമ്മൾ ഇങ്ങോട്ടുവന്നപ്പോൾ മുഖം കെട്ടാൻ ഉപയോഗിച്ച തുണികളാണ്. അവയെ ഞാൻ കൂട്ടിക്കെട്ടി.” - അവൻ പറഞ്ഞു.

ഭദ്രൻ സാറും അപ്പോൾ അങ്ങോട്ട് വന്നു. എന്താ എന്ന് സാറ് ആംഗ്യത്തിലൂടെ ചോദിച്ചു.

“ഞാൻ ഈ തുണിയിൽ തൂങ്ങി പുറത്തിറങ്ങാം. നമ്മൾ ഇവിടെ ഇങ്ങനെ വെറുതെ കിടക്കുന്നതുകൊണ്ട് പ്രയോജനമുണ്ടാകില്ല. രക്ഷപ്പെടാൻ പഴുതുണ്ടോ എന്ന് ശ്രമിച്ചുനോക്കാം. നമ്മുടെ കൂട്ടത്തിൽ രക്ഷപ്പെടാൻ അവസരം തേടുന്നവർ ഉണ്ടാവില്ല എന്ന് അവർ കരുതാനിടയുണ്ട്. അത് നമുക്ക് മുതലെടുക്കാൻ കഴിയണം. അവർ ഇനി നമ്മുടെ കണക്കെടുക്കുന്നത് നാളെ രാവിലെ ആയിരിക്കും. മൊത്തം എത്രപേരുണ്ടെന്നേ അവർ നോക്കിയിട്ടുണ്ടാവൂ. ഒരാളിന്റെ കുറവ് കണ്ടുപിടിക്കുന്ന സമയത്ത് ആരാണെന്ന് പരസ്പരം അന്വേഷിക്കുന്നതായി ഭാവിച്ചാൽ മതി. രാത്രി ഉറങ്ങുന്നതുവരെ ഒപ്പമുണ്ടായിരുന്നതാണല്ലോ എന്നു പറയണം. അവരിലാരോ എന്നെ അപായപ്പെടുത്തി എന്ന സൂചനയോടെ കരയാൻ തുടങ്ങിയാൽ പിന്നെ കാര്യമായ ചോദ്യം ചെയ്യലുണ്ടാവില്ല. ഇവിടത്തെ കാവൽ കർശനമാക്കും എന്നത് ഓർക്കണം. അതുകൊണ്ട് നമുക്ക് പ്രത്യേകിച്ച് ബുദ്ധിമുട്ടൊന്നുമില്ലല്ലോ.” - കണ്ണൻ വിശദീകരിച്ചു.

“പുറത്ത് കാടല്ലേ?” - അച്ഛൻ ചോദിച്ചു.

“അതാണ് സൗകര്യം. കാട് കുഞ്ഞുന്നാൾ മുതൽ കണ്ടറിയുന്നതല്ലേ? ഇപ്പോഴല്ലേ കാടുമായി സഹവാസം കുറവുള്ളൂ. എന്നെ ഭദ്രൻ സാർ തോളിൽ എടുത്തിരുത്തിയാൽ ആ കിളിവാതിലിൽ എത്തിപ്പിടിച്ച് ഞാൻ കയറിക്കൊള്ളാം.” - കണ്ണൻ പറഞ്ഞു.

“മോനേ, അതുവേണ്ട. നീ ഒറ്റയ്ക്ക് പോയാൽ അത് ശരിയാവണമെന്നില്ല. ഇവിടെ നമ്മൾ ഇത്രയും പേരില്ലേ? നമുക്കിവിടെ ഒരുമിച്ചിരിക്കാം. എന്തുവന്നാലും ഒരുമിച്ച് നേരിടാം...” - അച്ഛൻ പറഞ്ഞു.

“പേടിക്കണ്ട മാഷേ, ഒരു കുഴപ്പവും വരില്ല. ഇപ്പോൾ അവർ നമ്മളോട് നന്നായി പെരുമാറുന്നതും ആഹാരം തരുന്നതും അവ

രുടെ ഉദ്ദേശ്യംപോലെ കാര്യങ്ങൾ നടക്കും എന്ന പ്രതീക്ഷയിലായിരിക്കും. അങ്ങനെ സംഭവിച്ചില്ലെങ്കിലോ? ഇവർ ഏറ്റവും ക്രൂരന്മാരായി മാറും. നമുക്കിവരോട് ഒരിക്കലും നേരിട്ട് ഏറ്റുമുട്ടാൻ കഴിയില്ല. അപ്പോൾ നമുക്ക് ഇതുപോലെ രക്ഷപ്പെടാനുള്ള ശ്രമം നടത്താൻ പോലും കഴിഞ്ഞെന്നുവരില്ല. അവരിലൊരാൾ നമ്മളോടൊപ്പം ഈ മുറിയിൽ ഉണ്ടായാൽ അതോടെ അന്തരീക്ഷം മാറില്ലേ?" - കണ്ണൻ ചോദിച്ചു.

"മാഷേ, കണ്ണൻ പറയുന്നതിലും കാര്യമുണ്ട്." - ഭദ്രൻ സാർ പറഞ്ഞു.

എന്നിട്ടും അച്ഛന് സമ്മതിക്കാൻ മടി. കണ്ണൻ വീണ്ടും ഇടപെട്ടു: "മാഷേ, ഇപ്പോൾ എന്തെങ്കിലും ചെയ്യാനാവുമോ എന്നു നോക്കിയേ പറ്റൂ. എനിക്കൊന്നും സംഭവിക്കില്ല. ചുറ്റിലും കാടാണ് എന്നതാണ് എന്റെ ബലം. അതുതന്നെയാണ് എനിക്ക് സൗകര്യവും. നാളെ രക്ഷപ്പെടാൻ അവസരം കിട്ടിയാൽ എന്നെ കാക്കാതെ രക്ഷപ്പെടണം. ഞാൻ പുറത്തിറങ്ങി രക്ഷപ്പെട്ട് എവിടെയെങ്കിലും എത്തി സ്കൂളിലെയോ വീട്ടിലെയോ ഫോണിൽ വിളിക്കാം."

"സമ്മതിച്ചേ മതിയാവൂ." എന്നു പറഞ്ഞ് അവൻ നിർബ്ബന്ധിച്ചപ്പോൾ അച്ഛൻ പൂർണ്ണതൃപ്തിയില്ലാതെ തലയാട്ടി.

കണ്ണൻ മുന്നിലെത്തിയപ്പോൾ ഭദ്രൻ സാർ കുനിഞ്ഞു കൊടുത്തു. അവൻ തോളിൽ കയറിയിരുന്നതും സാർ ചുമരിൽ പിടിച്ചു. മെല്ലെ എഴുന്നേറ്റു. അവൻ എത്തിപ്പിടിച്ച് കിളിവാതിലിലേക്ക് കയറി. അവന്റെ അരയിൽ കയറുപോലെ നേരത്തെ കൂട്ടിക്കെട്ടിയ തുണി ചുറ്റിവച്ചിരുന്നു. അവിടിരുന്നുകൊണ്ട് അവൻ പുറത്തേക്ക് നോക്കി. ഭദ്രൻ സാറിനെ ആംഗ്യം കാട്ടി വിളിച്ചതിനെ തുടർന്ന് സാർ വീണ്ടും ചുവരോട് ചേർന്നു നിന്നു. അവൻ സാറിന്റെ തോളിൽ ചവിട്ടി നിലത്തിറങ്ങി.

"ഈ തുണിക്കയറിന്റെ അറ്റം കെട്ടാൻ കിളിവാതിലിനടുത്ത് സൗകര്യമില്ല. ഇത് സാറിന്റെ കൈയിലിരിക്കട്ടെ. ഞാൻ അവിടെനിന്നിറങ്ങുന്നതനുസരിച്ച് കുറേശ്ശെയായി വിട്ടുകൊണ്ടിരുന്നാൽ മതി. ആദ്യം തൊട്ടുതാഴെയുള്ള സൺഷേഡിലിറങ്ങും.

അവിടെനിന്ന് താഴെയുള്ള ജനാലയ്ക്കരികിലൂടെ നിലത്തിറങ്ങും. തറയിലെത്തിയശേഷം തുണിക്കയർ മൂന്നുതവണ വെട്ടിവലിക്കും. അപ്പോൾ മുഴുവനായി വിട്ടുതരണം." – കണ്ണൻ പദ്ധതി വിശദീകരിച്ചു.

വീണ്ടും ഭദ്രൻ സാർ അവനെ തോളിലെടുത്തുയർത്തി. മുമ്പത്തെപ്പോലെ അവൻ കിളിവാതിലിൽ കയറി അള്ളിപ്പിടിച്ചിരുന്നശേഷം തുണിക്കയറിന്റെ ഒരറ്റം അവന്റെ നിക്കറിലെ ബെൽറ്റിന് പുറത്തുകൂടി കെട്ടി. മറ്റേ അറ്റം ഭദ്രൻസാറിന്റെ കൈയിൽ. അവൻ മെല്ലെ കിളിവാതിലിലൂടെ പുറത്തേക്കൂർന്നിറങ്ങി.

അതുകാൺകെ അറിയാതെ കണ്ണീർ നിറഞ്ഞു. കരയണമെന്ന് തോന്നിയെങ്കിലും ചുണ്ട് കടിച്ചുപിടിച്ച് അത് ഞാൻ അടക്കി.

പത്തുമിനിട്ടുപോലുമെടുത്തില്ല, ഭദ്രൻ സാറിന്റെ കൈയിലിരുന്ന തുണിക്കയറിന്റെ അറ്റം മൂന്നുതവണ വെട്ടിവിറച്ചു. സാർ ഉടൻ അത് വിട്ടുകൊടുത്തു. അത് കിളിവാതിൽ കടന്ന് അപ്രത്യക്ഷമാകുന്നത് ഞങ്ങൾ നോക്കിനിന്നു.

പിന്നെയും കുറച്ചുകഴിഞ്ഞാണ് ഞങ്ങൾ തിരികെ ഹാളിലെത്തിയത്. ബാക്കിയുള്ളവർ ഇതൊന്നും അറിയാതെ കിടന്നുറങ്ങുകയാണ്. ഒഴിഞ്ഞ സ്ഥലത്ത് അടുത്തടുത്തായി ഞങ്ങളും കിടന്നു. എനിക്ക് ഉറക്കം വന്നേയില്ല. അതേ അവസ്ഥയാണച്ഛനും. തിരിഞ്ഞും മറിഞ്ഞും കിടക്കുകയാണച്ഛൻ. ഭദ്രൻ സാറിന്റെ കൂർക്കംവലി ഉയർന്നു. പെണ്ണുങ്ങളും കൂർക്കംവലിക്കുമെന്ന് സുമംഗല ടീച്ചറിന്റെ കൂർക്കംവലി കേട്ടപ്പോഴാണ് മനസ്സിലായത്. പിന്നീടെപ്പോഴോ ഞാൻ ഉറങ്ങിപ്പോയി.

എന്തോ പൊട്ടുന്ന ശബ്ദം കേട്ടാണ് ഞാൻ ഞെട്ടിയുണർന്നത്. കിടക്കുന്നത് എവിടെയാണെന്ന് തിരിച്ചറിയാൻ കുറേനേരമെടുത്തു. നേരത്തെ പൊട്ടിയത് വെടിശബ്ദമാണെന്ന് പിന്നീടാണ് മനസ്സിലായത്.

എല്ലാവരും ഉണർന്നെണീറ്റിരിക്കുകയാണ്. ആരൊക്കെയോ ഓടുന്നതിന്റെയോ എന്തോ വിളിച്ചു പറയുന്നതിന്റെയോ ശബ്ദം

കേൾക്കാം. നേരം വെളുത്ത് വരുന്നതേയുള്ളൂ. മുറിക്കുള്ളിൽ അരണ്ട വെളിച്ചമേയുള്ളൂ. അതിനാൽ ആരുടെയും മുഖഭാവം തിരിച്ചറിയാനാവുന്നില്ല.

പെട്ടെന്ന് ഒരു ശബ്ദം: "ഇതിനകത്താരെങ്കിലുമുണ്ടോ?"

"ഉണ്ട്." - അച്ഛൻ വിളിച്ചു പറഞ്ഞു.

"അവർ ഇതിനകത്താണ്" - ആ ശബ്ദം വേറാരോടോ വിളിച്ചു പറഞ്ഞു. ആരൊക്കെയോ ഓടി വരുന്നതിന്റെ ഒച്ച. പൂട്ട് തല്ലിപ്പൊളിക്കുന്നതാണ് പിന്നീട് കേട്ട ശബ്ദമെന്ന് മനസ്സിലായി. ഉടൻ വാതിൽ മലർക്കെ തുറക്കപ്പെട്ടു.

കാക്കിയണിഞ്ഞ പൊലീസുകാരാണ് മുന്നിൽ. പൊലീസ് വേഷം ഇത്ര മനോഹരമാണെന്ന് അപ്പോൾ എല്ലാവർക്കും തോന്നിയെന്ന് പിന്നീടാണ് അവർ പറഞ്ഞത്. ഇരുപതോളം പൊലീസുകാരാണ് മുറിക്കുചുറ്റും നിലയുറപ്പിച്ചിരിക്കുന്നത്.

"നിങ്ങൾ എല്ലാവരും ഇവിടുണ്ടോ?" കൂട്ടത്തിലെ ഓഫീസർചോദിച്ചു.

"ഒരാളൊഴികെ..." - അച്ഛൻ പറഞ്ഞു.

പന്ത്രണ്ട്

ആരെയാണ് കാണാനില്ലാത്തതെന്ന് മറ്റുള്ളവർ അപ്പോഴാണ് അന്വേഷണം ആരംഭിച്ചത്.

"അയ്യോ, കണ്ണൻ..." - അമ്മയുടെ ശബ്ദം പതറി.

"കണ്ണൻ ഞങ്ങളോടൊപ്പമുണ്ട്" - പൊലീസ് ഓഫീസർ പറഞ്ഞു.

"ഞാൻ ഐ ജി രമേശ്ചന്ദ്രൻ. നിങ്ങൾ ഇപ്പോൾ തീർത്തും സുരക്ഷിതരാണ്. നിങ്ങളെ തടവിലിട്ടവരെയെല്ലാം പൊലീസ് പിടികൂടിക്കഴിഞ്ഞു." - സ്വയം പരിചയപ്പെടുത്തി അദ്ദേഹം വ്യക്തമാക്കിയതോടെ എല്ലാവരിൽനിന്നും ആശ്വാസനിശ്വാസമുതിർന്നു.

"അവർ ആരാണ്?" - അച്ഛൻ ചോദിച്ചു.

"അത് ഒരു തീവ്രവാദി സംഘമാണ്. ഇവിടെ ഉണ്ടായിരുന്ന ആളുകൾ മുഴുവൻ പിടിയിലായി. ആയുധങ്ങളും ബോംബുകളും സ്ഫോടകവസ്തുക്കളും അവരിൽനിന്ന് പിടിച്ചെടുത്തു. ആട്ടെ, നിങ്ങൾക്ക് ഇന്നലെ ഭക്ഷണമെന്തെങ്കിലും കിട്ടിയോ?" - അദ്ദേഹം ആരാഞ്ഞു.

"കുറച്ച് ബ്രെഡും പഴവും കിട്ടി..." - ജോണിസാറിന്റെ മറുപടിയിൽ വിശപ്പ് പ്രകടമായിരുന്നു.

"യൂസഫേ, ഇവർക്ക് ചായയും പലഹാരങ്ങളും ഉടൻ വാങ്ങി എത്തിക്കാൻ ഏർപ്പാടുണ്ടാക്കണം." - ഐ ജി നിർദ്ദേശിച്ചു.

"അതുടൻ എത്തും സർ" - വയർലെസ് സെറ്റിലൂടെ ആർക്കോ നിർദ്ദേശം നല്കിയശേഷം പൊലീസ് അസിസ്റ്റന്റ് കമ്മിഷണർ യൂസഫ് ഐ ജിയെ അറിയിച്ചു.

അതിനിടയിൽ ഓരോരുത്തരായി ടോയ്‌ലറ്റിൽ പോയി പല്ലു തേച്ചു മുഖം കഴുകി വന്നു. അപ്പോഴേക്കും ഒരു പൊലീസ് ജീപ്പിൽ ചായയും ബിസ്ക്കറ്റും ബ്രഡും പഴവും എത്തി. വീട്ടിൽവച്ച് അമ്മ എത്ര നിർബ്ബന്ധിച്ചാലും ചായ കുടിക്കാത്ത ചേട്ടൻ ആരും പറയാതെ ചായ വാങ്ങി ബിസ്ക്കറ്റ് അതിൽ മുക്കി ത്തിന്നുന്നത് കൗതുകത്തോടെയാണ് ഞാൻ നോക്കിനിന്നത്.

കുറേ വാഹനങ്ങൾ വന്ന് താഴെ നില്ക്കുന്ന ശബ്ദം.

"സർ, മാധ്യമപ്രവർത്തകരാണ്" - എ സി യൂസഫ് അറിയിച്ചു.

"നിങ്ങളെ മോചിപ്പിച്ച വിവരമറിഞ്ഞെത്തിയ മാധ്യമപ്രവർത്തകരാണ്. രണ്ടുമണിക്കൂർമുമ്പുതന്നെ അവർക്ക് ഈ പൊലീസ് നടപടിയെക്കുറിച്ച് വാർത്ത കിട്ടിയെങ്കിലും അവരെ ഇങ്ങോട്ടുവരാൻ അനുവദിച്ചില്ല. അത് റിസ്ക് ആണ്. ആക്ഷൻ നടക്കുകയല്ലേ? ഭാഗ്യത്തിന് കാര്യമായ ഏറ്റുമുട്ടൽ വേണ്ടിവന്നില്ല. എല്ലാവരെയും പിടികൂടാനുമായി." - ഐ ജി ആശ്വാസം കൊണ്ടു.

"നമുക്ക് ഈ കൊട്ടാരത്തിന്റെ പൂമുഖത്തേക്ക് പോകാം. അവിടെവച്ച് അവരോട് സംസാരിക്കുന്നതാണ് സൗകര്യം. നിങ്ങളും വരൂ." - ഐ ജി ക്ഷണിച്ചതനുസരിച്ച് ഞങ്ങളും അദ്ദേഹത്തോടൊപ്പം താഴോട്ടിറങ്ങി. ഇങ്ങോട്ടുവരുമ്പോൾ കണ്ണുകെട്ടിയിരുന്നതിനാൽ ഒന്നും കാണാൻ കഴിയാതിരുന്നതിനാൽ ഇപ്പോൾ കാഴ്ചകൾ ആസ്വദിച്ചുകൊണ്ടാണ് ഓരോരുത്തരും കോണിപ്പടി ഇറങ്ങിയത്. മേല്ക്കൂരയിലെ ചിത്രപ്പണികളും മനോഹരമായ ശരറാന്തലും എന്നെ വളരെ ആകർഷിച്ചു.

പൂമുഖത്ത് ടി വി ക്യാമറകൾ നിരന്നിരുന്നു. പത്രഫോട്ടോഗ്രാഫർമാരുടെ ക്യാമറയിലെ ഫ്ളാഷുകൾ തുരുതുരാ മിന്നി.

“ഇവരെയാണ് ബന്ദികളാക്കി വച്ചിരുന്നത്.” - ഐ ജി അവരെ അറിയിച്ചു. അതോടെ അവർ ഞങ്ങളെ പകർത്തുന്ന തിരക്കിലായി. അവിടെ കുറച്ച് സോഫ, സെറ്റി എന്നിവ ഉണ്ടായിരുന്നെങ്കിലും എല്ലാവർക്കും ഇരിക്കാനുള്ള ഫർണിച്ചർ ഇല്ലായിരുന്നു. വിശാലമായ കോണിപ്പടിയിലിരുന്നായാലോ എന്ന് നിർദ്ദേശിച്ചത് ഐ ജിയാണ്. ഞങ്ങളെ കോണിപ്പടിയിലിരുത്തി. അതിനു മുന്നിൽ ഐ ജി ഇരുന്നാണ് പത്രസമ്മേളനം ആരംഭിച്ചത്.

“മാർക്കറ്റ് ബോംബ് സ്ഫോടനക്കേസിൽ പ്രതികളായി ജയിൽശിക്ഷ അനുഭവിക്കുന്ന മൂന്നുപേരെ മോചിപ്പിക്കണമെന്നാവശ്യപ്പെട്ടായിരുന്നു അവരെ ഈ ദൗത്യത്തിനയച്ച അതേ തീവ്രവാദി സംഘത്തിലെ ഒരു വിഭാഗം ഇവരെ ബന്ദികളാക്കിയത്.”

എത്ര വലിയ കുരുക്കിൽനിന്നാണ് ഞങ്ങൾ ഊരിപ്പോന്നതെന്ന് അപ്പോഴാണ് മനസ്സിലായത്. അമ്മ കണ്ണടച്ചിരുന്ന് വഴിപാട് നേരുന്നത് ഞാൻ കണ്ടു.

“ഇവരെ ബന്ദികളാക്കിയ സംഘത്തിൽ എത്ര പേരുണ്ടായിരുന്നു?” - ഒരു ലേഖകന്റെ ചോദ്യം.

“ഇവിടെ 10 പേർ. അവരിലെല്ലാപേരുടെ കൈയിലും എ കെ 47 ഉണ്ടായിരുന്നു. ഓരോരുത്തർവീതം എ കെ 47 മായി പുഴയുടെ രണ്ടുകരകളിൽ. അങ്ങനെ 12 പേരാണ് പിടിയിലായത്.” - ഐ ജി യുടെ മറുപടി.

“മുഴുവൻ പേരും പിടിയിലായതായി കരുതുന്നുണ്ടോ?” - മറ്റൊരു ചോദ്യം.

“ഇവരെ തട്ടിക്കൊണ്ടുവന്നതിന് നേരിട്ടിടപ്പെട്ട എല്ലാവരും പിടിയിലായി എന്നാണ് കരുതുന്നത്. കൂടുതൽ അന്വേഷണം നടക്കുന്നുണ്ട്. പ്രതികളെ വിശദമായി ചോദ്യം ചെയ്യണം. അതിനു ശേഷമേ ഇക്കാര്യം ഉറപ്പിക്കാനാവൂ.” - ഐ ജിയുടെ വിശദീകരണം.

“കേരളത്തിലെ മാത്രമല്ല, രാജ്യത്തെയാകെതന്നെ മുൾമുനയിൽ നിർത്തിയ തീവ്രവാദ ഭീഷണിയെ 12 മണിക്കൂറിനുള്ളിൽ

അമർച്ച ചെയ്ത് കേരള പൊലീസ് അഭിമാനകരമായ നേട്ടം കൈവരിച്ചിരിക്കുകയാണ്. ഇതെങ്ങനെയാണ് സാധിച്ചത്?"- വേറൊരാൾ ചോദിച്ചു.

"നിങ്ങൾക്കറിയാവുന്നതുപോലെ, നളന്ദാ സ്കൂളിലെ കുട്ടികളുൾപ്പെടുന്ന 40 അംഗ സംഘത്തെ ബന്ദികളാക്കി എന്ന അറിയിപ്പ് രാത്രി എട്ടുമണിയോടെയാണ് ചില പത്രസ്ഥാപനങ്ങൾക്കും പൊലീസിനും കിട്ടിയത്. പൂജപ്പുര സെൻട്രൽ ജയിലിൽ കഴിയുന്ന മാർക്കറ്റ് ബോംബ് സ്ഫോടനക്കേസിലെ പ്രതികളെ മോചിപ്പിക്കണമെന്നായിരുന്നു ആവശ്യം. അവരെ 24 മണിക്കൂറിനുള്ളിൽ പ്രത്യേകവിമാനത്തിൽ പാകിസ്ഥാനിലെ ലാഹോറിൽ എത്തിച്ചില്ലെങ്കിൽ ബന്ദികളുടെ ജീവന് തങ്ങളായിരിക്കില്ല ഉത്തരവാദി എന്നും അവർ ഭീഷണി മുഴക്കിയിരുന്നു. പൊലീസ് നടത്തിയ അന്വേഷണത്തിൽ രാവിലെ 11 മണിക്കുശേഷം സ്കൂളിലുള്ളവർക്ക് ഇവരെ ബന്ധപ്പെടാൻ കഴിഞ്ഞിട്ടില്ലെന്ന് വിവരം കിട്ടി. സ്കൂളിലെ ഒരു രക്ഷാകർത്താവ് സ്കൂൾ ഹെഡ്മാസ്റ്ററെ മൊബൈൽഫോണിൽ രാവിലെ 11 മണിക്ക് വിളിച്ചെങ്കിലും കിട്ടിയില്ല. തുടർന്ന് അദ്ദേഹത്തിന്റെ ഭാര്യയെ മൊബൈൽഫോണിൽ വിളിച്ചു. അതും കിട്ടിയില്ല രണ്ടും സ്വിച്ച്ഓഫ് ചെയ്തു എന്നാണ് അറിയിപ്പ് കിട്ടിയത്. ഈ രണ്ട് ഫോണിനും കന്യാകുമാരി മേഖലയിൽ നല്ല റേഞ്ച് ഉണ്ട്. കന്യാകുമാരിക്ക് സ്കൂൾ ബസ്സിൽ പോയ 40 അംഗ സംഘമാണ് അപ്രത്യക്ഷമായത് എന്നതിനാൽ സ്കൂൾ ബസ്സടക്കം ഇത്രയും പേരെ ഒളിപ്പിക്കാൻ സൗകര്യമുള്ള സ്ഥലങ്ങൾ തേടി അന്വേഷണം തുടങ്ങി. അപ്പോഴത്തെ പ്രധാന തടസ്സം രാവിലെ 11 നും രാത്രി എട്ടിനും മദ്ധ്യേ 500 കിലോമീറ്ററിലേറെ സഞ്ചരിക്കുക ഒട്ടും പ്രയാസമുള്ള കാര്യമല്ല എന്നതായിരുന്നു. തമിഴ്നാടോ കർണ്ണാടകയോ കടക്കാനും ഈ സമയം മതിയാവും."

അദ്ദേഹം തുടർന്നു: "രാത്രി 11 മണിയോടെ പൊലീസ് കൺട്രോൾ റൂമിൽ വന്ന ഒരു ഫോൺസന്ദേശമാണ് പൊലീസിന് ഇതിന്റെ തെളിവും മുന്നോട്ടേക്കുള്ള വഴിയും തെളിച്ചത്. ബന്ദിയാക്കപ്പെട്ട സംഘത്തിലെ അംഗമായിരുന്ന കണ്ണൻ എന്ന

അഞ്ചാം ക്ലാസുകാരനായിരുന്നു ആ വഴികാട്ടി. ഇവരെ ഈ കൊട്ടാരത്തിലേക്ക് കൊണ്ടുവന്നത് കണ്ണുകെട്ടി ആയിരുന്നു. കണ്ണുകെട്ടാൻ ഉപയോഗിച്ച ആ തുണികൾ ചുറ്റിക്കെട്ടി കയറായി ഉപയോഗിച്ച് ജനാലവഴി അതിസാഹസികമായി കണ്ണൻ പുറത്തുകടന്നു. അതീവശ്രദ്ധയോടെ നടന്ന് പുഴയോരത്തെത്തിയ കണ്ണൻ അവിടെ ഒരുമരച്ചുവട്ടിൽ തോക്കുമായി ചാരിയിരുന്നുറങ്ങുന്ന തീവ്രവാദികളിലൊരാളെ കണ്ടു. മാതാപിതാക്കൾ മരിച്ച ഈ ആദിവാസി ബാലനെ നളന്ദ സ്കൂൾ ഹെഡ്മാസ്റ്റർ എടുത്തുവളർത്തുകയാണ്. ഈ മിടുക്കന്റെ കീശയിൽ എപ്പോഴും തെറ്റാടി കാണും. നദിക്കരയിൽനിന്ന് ഒരു ഉരുളൻകല്ല് ശബ്ദമുണ്ടാക്കാതെ എടുത്ത് തെറ്റാടിയിൽ ഉന്നം പിടിച്ച് തൊടുത്തു. കല്ല് തലയുടെ പിന്നിൽതന്നെ ഊക്കോടെ പതിച്ചതിനെ തുടർന്ന് കണ്ണൻ പ്രതീക്ഷിച്ചതുപോലെ അയാൾ ബോധരഹിതനായി വീണു. ഉടൻ അയാളെ വലിച്ചിഴച്ച് മറ്റൊരു മരത്തോട് ചേർത്ത് തന്റെ കൈയിലുണ്ടായിരുന്ന തുണിക്കയറും കാട്ടുവള്ളികളും ചേർത്ത് മുറുക്കിക്കെട്ടി. വായിൽ തുണിക്കയറിലെ ശേഷിക്കുന്ന തുണിയും ചുരുട്ടിക്കേറ്റി."

"അയാളുടെ പോക്കറ്റിൽ കിടന്ന മൊബൈൽ ഫോണിൽ നിന്ന് 100 ൽ വിളിക്കുകയായിരുന്നു കണ്ണന്റെ അടുത്ത പ്രവൃത്തി. പകൽ ഇവിടെ കണ്ട ഒരു ജീപ്പിന്റെ നമ്പർ കുറിച്ചുവച്ചിരുന്നതും കണ്ണൻ പറഞ്ഞുതന്നു. ആ മൊബൈൽ ഫോണിൽനിന്ന് ഡയൽ ചെയ്ത നമ്പരുകളും റിസീവിങ് കാളുകളും എടുപ്പിച്ചു. ആ മൊബൈൽഫോണിൽ നിന്നുള്ള സിഗ്നലുകളുടെ സഹായത്തോടെ ഈ പ്രദേശം തിരിച്ചറിയാൻ കഴിഞ്ഞു. ഉടൻ ഈ കൊട്ടാരം കണ്ടെത്തി. രാജകുടുംബാംഗങ്ങൾ തമ്മിലുള്ള സ്വത്തുതർക്കം വർഷങ്ങളായി കോടതിയിൽനിന്ന് കോടതിയിലേക്ക് നീളുന്നതിനാൽ അവരാരും ഇങ്ങോട്ട് തിരിഞ്ഞുനോക്കാത്തത് തീവ്രവാദികൾ പ്രയോജനപ്പെടുത്തുകയായിരുന്നു. കൊട്ടാരം കാര്യക്കാരനായിരുന്ന വൃദ്ധനെ രാത്രി ഒരു മണിയോടെ വിളിച്ചുണർത്തി വിവരങ്ങൾ ആരാഞ്ഞു. നാലുവഴികളിലൂടെ കൊട്ടാരത്തിനുള്ളിൽ കടക്കാമെന്ന് അദ്ദേഹമാണ് പറഞ്ഞുതന്നത്.

കൊട്ടാരത്തിന്റെ മാപ്പും അദ്ദേഹത്തിൽനിന്ന് കിട്ടി. അതോടെ കമാന്റോ ഓപ്പറേഷൻ എളുപ്പമായി. ഓപ്പറേഷനിലൂടെ ബസ് ഡ്രൈവറെ മറ്റൊരു മുറിയിൽനിന്ന് മോചിപ്പിച്ചു. തടിമിടുക്കുള്ള അയാളിൽനിന്ന് ചെറുത്തുനില്പ്പുണ്ടായാലോ എന്നു കരുതിയാണ് അയാളെ അവരിൽ നിന്നുമാറ്റി കെട്ടിയിട്ടത്. ബസ് ഇവിടെ അടുത്തുള്ള വർക്ക്ഷോപ്പിൽനിന്ന് കണ്ടെടുത്തു. അതിന്റെ ഉടമയെ പൊലീസ് കസ്റ്റഡിയിലെടുത്തിട്ടുണ്ട്. ഈ 40 അംഗ സംഘം ദുർബ്ബലരാണെന്നുകരുതി തീവ്രവാദസംഘം ജാഗ്രതാക്കുറവോടെ മുന്നോട്ടുപോയത് നമുക്ക് തുണയായി. ഇത്രയും തീവ്രവാദികളെ ഒരുതുള്ളിച്ചോരപോലും വീഴ്ത്താതെ സമീപകാലത്തൊന്നും പിടികൂടിയിട്ടില്ല. കൊട്ടാരത്തിന്റെ വിവിധ മുറികളിൽ ഒളിപ്പിച്ചിരുന്ന ബോംബുകൾ ഉൾപ്പെടെയുള്ള സ്ഫോടകവസ്തുക്കളും പൊലീസ് കണ്ടെത്തിയിട്ടുണ്ട്. റൂറൽ എസ്പിയോടൊപ്പം വരുന്ന ആ മിടുക്കനാണ് കണ്ണൻ.."

അതോടെ കണ്ണനെ പകർത്താൻ ക്യാമറകൾ മത്സരിച്ചു. ചിലർ അതിനിടയിൽ കണ്ണനെ ഇന്റർവ്യൂ ചെയ്യാനും സമയം കണ്ടെത്തി.

"നിങ്ങൾ കന്യാകുമാരി കാണാനല്ലേ വന്നത്? ഒരു ദിവസം വൈകി എന്നല്ലേ ഉള്ളൂ. അത് കണ്ടിട്ടുപോയാൽ പോരേ?" - ഐ ജി ചോദിച്ചു.

"എങ്ങനെയെങ്കിലും വീടെത്തിയാൽ മതിയെന്നാണ് ഇപ്പോഴത്തെ ചിന്ത" - തലേന്ന് കിട്ടിയ അടിയുടെ പാടുകൾ കരുവാളിച്ചു കിടക്കുന്ന കവിളത്ത് തലോടിക്കൊണ്ട് രാമാനന്ദൻ സാർ പറഞ്ഞു.

"നമ്മൾ കന്യാകുമാരി കാണാനാണ് വന്നത്. വലിയൊരു ദുരന്തം വലയം ചെയ്തിട്ടും നമ്മൾ രക്ഷപ്പെട്ടു. അതിന്റെ ആഹ്ലാദത്തിന് കന്യാകുമാരി കണ്ടിട്ടേ പോകുന്നുള്ളൂ..." - അച്ഛൻ പറഞ്ഞത് തീരുമാനമായി മാറി.

തീവ്രവാദികൾ വാങ്ങിയ മൊബൈൽഫോണുകൾ പൊലീസ് കണ്ടെത്തി തന്നു. ബസ്സിന് കുഴപ്പമൊന്നും ഇല്ലായിരുന്നു. ആഹാരം കഴിക്കാൻ നിർത്തിയ ഹോട്ടലിൽ കണ്ട ടിവിയിൽ ഞങ്ങൾ! അത് എല്ലാവർക്കും ആവേശമായി. കണ്ണനെ

യാണ് കൂടുതൽ നേരം കാട്ടിയത്. തമിഴ് വാർത്തയാണ്. അതിനാൽ പറഞ്ഞത് മുഴുവൻ മനസ്സിലായില്ല.

കന്യാകുമാരിയിൽ ബസ്സിറങ്ങിയതും ആളുകൾ കണ്ണനെ വളഞ്ഞ് എടുത്തുയർത്തി 'കീജേ' വിളിച്ചു. ആദ്യാനുഭവമായതിനാൽ കണ്ണനും പകച്ചുപോയി. അതെ, കണ്ണൻ താരമായിക്കഴിഞ്ഞു.

ആ വിനോദയാത്ര മറ്റൊരു വലിയ യാത്രയ്ക്ക് നിമിത്തമായി എന്നറിഞ്ഞത് മാസങ്ങൾക്ക് ശേഷമാണ്. അടുത്ത ജനുവരി 26 ന് അച്ഛനും അമ്മയും ചേട്ടനും ഞാനും കണ്ണനോടൊപ്പം ന്യൂഡൽഹിയിലായിരുന്നു. രാഷ്ട്രപതിയുടെ ക്ഷണിതാക്കളായിട്ടായിരുന്നു ഞങ്ങൾ എത്തിയത്. അത്തവണത്തെ രാഷ്ട്രപതിയുടെ ധീരതയ്ക്കുള്ള അവാർഡ് കണ്ണനായിരുന്നു. ആ അവാർഡ് കണ്ണൻ ഏറ്റുവാങ്ങിയപ്പോൾ അമ്മ കണ്ണുതുടച്ചു. എന്റെയും കണ്ണുകൾ നിറഞ്ഞു. തീർച്ച ഇത് ആനന്ദക്കണ്ണീർ തന്നെ!

കുട്ടനും കിളിയും

ഒന്ന്

"**മാ**ഷെ കാണുമ്പോൾ ചോദിക്കണമെന്ന് വിചാരിച്ചതാണ്, അമേരിക്കയിലൊക്കെ ഇപ്പോൾ പക്ഷികൾക്കുപോലും വലിയ അവകാശങ്ങളാണല്ലേ?" - മഹിമയുടെ അപ്പൂപ്പനാണ് ചോദിച്ചത്.

അപ്പുക്കുട്ടൻ മാഷോടൊപ്പം അഞ്ചാം ക്ലാസുകാരായ ഞാനും രാഹുലും ക്രിസും മിഥുനും ഉദയലക്ഷ്മിയും ലോറയും റോബിനും മഹിമയും രേവതിയും യുക്തയും നടന്നുവരികയായിരുന്നു. ഞങ്ങൾ പഠിക്കുന്ന സ്കൂളിൽ ഹെഡ്മാസ്റ്ററായിരുന്ന മാഷ് സർവ്വീസിൽനിന്ന് വിരമിച്ചശേഷം നാട്ടിൽ സാമൂഹിക പ്രവർത്തനങ്ങളിൽ സജീവമാണ്. ഞങ്ങൾ കുറെ കുട്ടികൾക്ക് ട്യൂഷൻ എടുക്കണമെന്ന് പറഞ്ഞപ്പോൾ മാഷ് സമ്മതിച്ചു. ഒരു നിബന്ധനമാത്രം: 'ഫീസ് വാങ്ങില്ല.' അദ്ദേഹത്തിന്റെ വീട്ടിൽ വച്ചാണ് അദ്ധ്യാപനം. ക്ലാസ് മുറിയിൽ പഠിപ്പിച്ചതിന്റെ തുടർച്ചയല്ല ഇവിടെ മാഷ് പഠിപ്പിക്കുന്നത്. പാഠഭാഗങ്ങൾ പഠിപ്പിക്കാറേയില്ലെന്നുതന്നെ പറയാം. എന്തെങ്കിലും സംശയം ചോദിച്ചാൽ അതേക്കുറിച്ച് വിശദീകരിക്കുമെന്നു മാത്രം.

മാഷ് പഠിപ്പിക്കുന്നത് അടിസ്ഥാനപരമായ കാര്യങ്ങളാണ്. അടിസ്ഥാനം ബലപ്പെട്ടാൽ അതിൽ പണിയുന്ന കെട്ടിടവും ബലമുള്ളതാവുമെന്ന് അദ്ദേഹം പലപ്പോഴും പറയാറുണ്ട്. അടിസ്ഥാ

നപരമായ കാര്യങ്ങൾ പഠിപ്പിച്ചുകഴിയുമ്പോൾ മറ്റുള്ളവ താനേ പഠിക്കാൻ കഴിയുമെന്നാണ് എന്റെ അനുഭവം.

ട്യൂഷൻ ക്ലാസ് കഴിഞ്ഞ് ഞങ്ങളെയെല്ലാം മാഷ് അവരവരുടെ വീട്ടിൽ കൊണ്ടുചെന്നാക്കും. അദ്ദേഹം സായാഹ്നസവാരിക്ക് പോകുന്ന വഴിയിലാണ് ഞങ്ങൾ പത്തുപേരുടെയും വീട്. ചിലപ്പോൾ അദ്ദേഹം കളിയായി ഞങ്ങളെ വിളിച്ചിരുന്നത് 'ദശാവതാരം' എന്നാണ്!

ട്യൂഷൻ ആഴ്ചയിൽ മൂന്നോ നാലോ ദിവസം കാണും. ഞങ്ങളെല്ലാം ഒരേ സ്കൂളിലാണ് പഠിക്കുന്നത്. സ്കൂൾ രാവിലെ എട്ടിനാരംഭിക്കും. ഉച്ചയ്ക്ക് രണ്ടരയ്ക്ക് ക്ലാസ് കഴിയും. ഇതിനിടയിൽ 12.30 മുതൽ ഒരു മണിവരെയാണ് ഉച്ചഭക്ഷണം കഴിക്കേണ്ടത്. മൂന്നുമണിക്ക് തിരിച്ചെത്തും. ട്യൂഷനുള്ള ദിവസങ്ങളിൽ സ്കൂൾബസ്സിൽ മാഷിന്റെ വീടിനുമുന്നിലിറങ്ങും. ക്ലാസ് കഴിഞ്ഞ് വരുന്നവരായതിനാൽ ഞങ്ങൾക്കുവേണ്ടി ഓരോ ഗ്ലാസ് കാപ്പി അവിടെ മാഷ് തയ്യാറാക്കി വച്ചിരിക്കും. അതു കുടിച്ചുകഴിഞ്ഞ് ഗ്ലാസ് കഴുകി മേശപ്പുറത്തുവയ്ക്കേണ്ടത് ഞങ്ങളുടെ ചുമതലയാണ്. മഹാത്മാഗാന്ധി ഉൾപ്പെടെയുള്ള മഹാന്മാരുടെ ജീവിതകഥ വിശദമായി പറഞ്ഞശേഷമാണ് ഇന്നുമുതൽ അവരവർ ആഹാരം കഴിച്ച പാത്രം സ്വയം കഴുകണമെന്ന് ആവശ്യപ്പെട്ടത്. മാഷിന്റെ ഭാര്യ മല്ലിക ടീച്ചർ പട്ടണത്തിലെ സ്കൂളിലാണ്.

മാഷിന്റെ ക്ലാസുകൾ എന്ത് രസമുള്ളതാണെന്നോ! കഥ കേൾക്കുന്നതിനേക്കാൾ സന്തോഷത്തോടെ അത് കേട്ടിരിക്കാം. ഞങ്ങൾ പോലും അറിയാതെ അതിൽ ഭാഗഭാക്കാവും. കണക്കും സയൻസും ഇംഗ്ലീഷുമൊക്കെ ഇത്ര മധുരമുള്ളതാണെന്ന് ഇപ്പോഴാണ് തിരിച്ചറിഞ്ഞത്. ഞങ്ങളിൽ പലർക്കും കണക്ക് ഒട്ടും മനസ്സിലാവാത്ത വിഷയമായിരുന്നു. കണക്കുപോലെ എളുപ്പമുള്ള ഒരുവിഷയം വേറെയില്ലെന്ന അഭിപ്രായക്കാരാണ് ഞങ്ങളിപ്പോൾ. ട്യൂഷൻ അഞ്ചുമണിവരെ നീളും. പക്ഷേ, സമയം പോകുന്നത് ഞങ്ങൾ അറിയാറേയില്ല. സ്കൂളിലാണെങ്കിൽ മുക്കാൽ മണിക്കൂറാണ് ഒരു പിരിയഡ്. പലപ്പോഴും അത്രയും സമയം ഒന്നു പോയിക്കിട്ടാൻ ഞങ്ങൾ അനുഭവിക്കുന്ന പ്രയാസം ആർക്കും

മനസ്സിലാവില്ല!

മഹിമയുടെ വീടാണ് ആദ്യം. ട്യൂഷൻ കഴിഞ്ഞ് ആദ്യം അവിടെ ഞങ്ങൾ എത്തുമ്പോൾ ചായ തയ്യാറാക്കി മഹിമയുടെ അമ്മയും അപ്പൂപ്പനും ഗേറ്റിൽ കാത്തു നില്ക്കുന്നുണ്ടാവും. ഗേറ്റിൽനിന്ന് മഹിമയുടെ വീട്ടിലേക്ക് ചായ കുടിക്കാൻ പോകുന്നതിനിടയിലാണ് അപ്പൂപ്പന്റെ ചോദ്യം.

"അതെന്താ അങ്ങനെ ചോദിച്ചത്?" - മാഷ് അപ്പൂപ്പനോട് ആരാഞ്ഞു.

"നമ്മുടെ ചാക്കോ സാറിന്റെ മോൻ ഡേവിസൺ അമേരിക്കയിൽനിന്ന് വന്നിട്ടുണ്ട്. അവിടെ കുറേ പക്ഷികളെ രക്ഷിക്കാൻ വേണ്ടി നഗരത്തിലെ വിളക്കെല്ലാം അണച്ചുവെന്ന് അവൻ പറഞ്ഞു. ഇതേത്തുടർന്ന് രാത്രി നാലഞ്ച് മണിക്കൂർ ഇരുട്ടത്തിരിക്കേണ്ടിവന്നുവത്രേ. അത് ലംഘിച്ച് ആരെങ്കിലും വെളിച്ചം തെളിയിച്ചാൽ വലിയ ശിക്ഷയാണെന്നും അവൻ പറഞ്ഞു." - അപ്പൂപ്പൻ വ്യക്തമാക്കി.

"അമേരിക്കയിലെ ന്യൂയോർക്കിൽ നിർമ്മിച്ച വേൾഡ് ട്രേഡ് സെന്റർ എന്ന ലോകവ്യാപാര കേന്ദ്രം തകർത്തത് 2002 സെപ്തംബർ 11 നായിരുന്നല്ലോ. അതിനുശേഷം എല്ലാവർഷവും സെപ്തംബർ 11 ന് വെളിച്ചം ആകാശത്തേക്ക് പ്രവഹിപ്പിക്കുമായിരുന്നു. വേൾഡ് ട്രേഡ് സെന്ററിന്റെ തകർക്കപ്പെട്ട രണ്ടുഗോപുരങ്ങളുടെ ഓർമ്മയ്ക്കായി രണ്ടുബീമുകളിലായി വെളിച്ചം ആകാശത്തേക്ക് ഉയർത്തിയാണ് ഇത് നിർവ്വഹിക്കുന്നത്. ഇതിന്റെ പേര് ട്രിബ്യൂട്ട് ഓഫ് ലൈറ്റ് എന്നാണ്." - മാഷ് പറഞ്ഞു.

"രാത്രി വെട്ടം കണ്ടാൽ പക്ഷികൾക്കായാലും മൃഗങ്ങൾക്കായാലും വഴി കൂടുതൽ വ്യക്തമാവേണ്ടതല്ലേ?" - ഞാൻ ചോദിച്ചു.

"നല്ല ചോദ്യം. കൊള്ളാം... കഴിഞ്ഞ സെപ്തംബറിൽ ഈ വെളിച്ചംമൂലം പതിനായിരത്തിലേറെ പക്ഷികൾക്ക് വഴിതെറ്റിയതായാണ് കണക്ക്. ഇവയൊക്കെയും ദേശാടനപക്ഷികളായിരുന്നു. കാനഡയിൽനിന്ന് ചൂടുതേടി കരീബിയൻ ദ്വീപുകളിലേക്ക് പറക്കുന്നവയ്ക്കാണ് വഴി തെറ്റിയത്. മുമ്പ് ഇവ ഈ വഴിയേ

ആയിരുന്നില്ല പറന്നിരുന്നത്. ന്യൂയോർക്കിന് മുകളിലൂടെ ഈ പക്ഷികൾ പറന്നുതുടങ്ങിയത് 2009 മുതലാണ്. ഇവ യാത്ര ചെയ്യുമ്പോൾ ഓരോ സ്ഥലത്തെയും അടയാളങ്ങൾ നോക്കി വച്ചിരിക്കും. അവ അടിസ്ഥാനപ്പെടുത്തി എത്തുമ്പോൾ ചിലേടത്ത് പകലും രാത്രിയുമൊക്കെ സഞ്ചരിക്കേണ്ടി വരും.

രാത്രി യാത്ര ചെയ്യുമ്പോൾ കാണപ്പെടുന്ന അടയാളങ്ങൾ കാണാതെ വന്നാൽ അവയ്ക്ക് വഴിതെറ്റി എന്ന് മനസ്സിലാക്കാനാവും." – മാഷിന്റെ മറുപടി.

"മാഷേ, അവയ്ക്ക് വഴിതെറ്റി എന്ന് നമ്മൾ ഊഹിക്കുന്നതല്ലേ? അന്ന് പോയവഴിയേ ആണ് പോകേണ്ടിയിരുന്നെങ്കിലോ? അല്ലാതെ പക്ഷികൾ നമ്മോട് വന്നു പറഞ്ഞോ?" – ഇത്തവണ യുക്തയുടേതായിരുന്നു ഊഴം.

"നിങ്ങളെല്ലാം മിടുക്കരായിപ്പോയല്ലോ. നന്നായി ചിന്തിക്കുന്നതുകൊണ്ടാണ് നിങ്ങൾക്ക് നല്ല ചോദ്യങ്ങൾ ചോദിക്കാനാവുന്നത്. ന്യൂയോർക്കിലെ വെളിച്ചം മൂലം വഴിതെറ്റി പറന്നതിൽ ഒട്ടേറെ പക്ഷികൾ നിലത്തു വീണു. തുടർച്ചയായി ആകാശത്തിൽ വട്ടമിട്ടുപറന്ന് ഊർജ്ജം നഷ്ടപ്പെട്ട് ചിറകുകൾ തളർന്ന് അവ വീണുപോയി. അതുടനെ അവിടത്തെ പക്ഷിസ്നേഹികൾ കണ്ടെത്തി. ഇതിനുകാരണം വെളിച്ചപ്രവാഹമാണെന്ന് തിരിച്ചറിഞ്ഞതോടെയാണ് പക്ഷികൾക്ക് വഴിതെറ്റിയെന്ന് ബോദ്ധ്യമായത്. അല്ലാതെ പക്ഷികൾ വന്ന് പറഞ്ഞതല്ല."

"ഇവിടെയായിരുന്നു അങ്ങനെ വീണുപോയ അവസ്ഥയെങ്കിൽ ഈ പക്ഷികളെ എപ്പോഴേ ചട്ടിക്കകത്താക്കിയേനെ." – മഹിമയുടെ അമ്മ പറഞ്ഞു.

"അക്കാര്യത്തിൽ അമേരിക്കയിൽ കുറേക്കൂടി ശക്തമായ ഇടപെടലുകൾ നടക്കുന്നുണ്ട്. ഡേവിസൺ പറഞ്ഞത് മുഴുവൻ ശരിയല്ലെങ്കിലും അതിൽ കുറച്ച് ശരിയുണ്ട്. പക്ഷികളുടെ വഴിതെറ്റൽ ശ്രദ്ധയിൽപെട്ട ഉടൻ അവിടത്തെ പ്രമുഖ സന്നദ്ധ സംഘടനകളിലൊന്നായ സിറ്റി ഓഡുബൻ ഇക്കാര്യം അധികൃതരുടെ ശ്രദ്ധയിൽപ്പെടുത്തി. തുടർന്ന് ട്രിബ്യൂട്ട് ഓഫ് ലൈറ്റിന്റെ ചുമതലക്കാർ അഞ്ചുതവണ ആ വിളക്കണച്ചു. അങ്ങനെ വഴിതെറ്റിയ

ദേശാടനപ്പക്ഷികൾക്ക് യാത്ര തുടരാനായി. അല്ലാതെ എല്ലായിടത്തുമൊന്നും വിളക്കണച്ചില്ല. അമേരിക്ക മറ്റ് രാജ്യങ്ങളുടെയും അവിടുത്തെ മനുഷ്യരുടെയും അവകാശങ്ങൾ കവരാൻ മുന്നിൽ നില്ക്കുമെങ്കിലും അവരുടെ നാട്ടിലെ മനുഷ്യരെയും പരിസ്ഥിതിയെയും സംരക്ഷിക്കാൻ മുന്നിട്ടിറങ്ങാറുണ്ട്." - മാഷ് വിശദീകരിച്ചു.

"മാഷേ, ഇവിടെയും ദേശാടനപ്പക്ഷികൾ വരാറുണ്ടോ?" - ക്രിസ് ചോദിച്ചു.

"അതേക്കുറിച്ച് നമുക്ക് നാളത്തെ ക്ലാസിൽ സംസാരിക്കാം. ഇന്ന് ഒരാളിനെ സ്റ്റേഡിയത്തിനടുത്തുവച്ച് ഏഴുമണിക്ക് കാണാമെന്ന് പറഞ്ഞിരുന്നു. കൃത്യമായി അവിടെ എത്തണമെന്ന കാര്യത്തിൽ ഞാൻ കണിശക്കാരനാണെന്നറിയാല്ലോ." - മാഷ് എഴുന്നേറ്റു.

രണ്ട്

"ദ്വിജം എന്നാലെന്താണ്?" - മാഷ് ചോദിച്ചു.

"ബ്രാഹ്മണൻ" - ഞാൻ പറഞ്ഞു.

"ബ്രാഹ്മണനെ ദ്വിജൻ എന്ന് വിളിക്കാറുണ്ട്. അതെന്തുകൊണ്ടാണെന്നറിയാമോ?"

ഞങ്ങൾക്കാർക്കുമറിയില്ലായിരുന്നു. ഇന്ന് പക്ഷികളെക്കുറിച്ചാണ് ക്ലാസ് എന്നറിയാമെന്നതിനാൽ അതേക്കുറിച്ച് കിട്ടിയ വിവരങ്ങൾ മനസ്സിലാക്കിയായിരുന്നു ഞങ്ങളുടെ വരവ്.

"അത് സാരമില്ല. നമുക്ക് അത് എളുപ്പത്തിൽ മനസ്സിലാക്കാവുന്നതേയുള്ളൂ. ബ്രാഹ്മണരെയും മറ്റുള്ളവരെയും എങ്ങനെ തിരിച്ചറിയും?"- മാഷ് ചോദിച്ചു.

"അമ്പലത്തിലെ പൂജാരി ബ്രാഹ്മണനാണ്." - ഉദയലക്ഷ്മി പറഞ്ഞു.

"അത് ബ്രാഹ്മണനാണെന്ന് എങ്ങനെയാ അറിയുക?"

"പൂണൂലിട്ടിട്ടുണ്ടാവും." - ഉദയലക്ഷ്മി മടിച്ചു മടിച്ചാണ് പറഞ്ഞത്.

"ശരിയാണ്. അതാണ് ശരിയായ ഉത്തരം . ബ്രാഹ്മണർ പൂണൂലിട്ടിട്ടുണ്ടാവും. പൂണൂൽ കല്യാണം കഴിയുന്നത് ബാല്യം പിന്നിടുമ്പോഴാണ്. അതുവരെ ഒരു ജന്മം. പൂണൂലിട്ടാൽ വേദമന്ത്രങ്ങളുടെ മറ്റൊരു ജന്മം. ഇങ്ങനെ രണ്ടു ജന്മമുള്ളതിനാലാണ്

ബ്രാഹ്മണരെ ദ്വിജന്മാരെന്ന് വിളിക്കുന്നത്."

ബ്രാഹ്മണരും പക്ഷികളും തമ്മിൽ എന്ത് ബന്ധമെന്നാലോചിച്ചിരിക്കുകയാണ് ഞാൻ. ഇനി പക്ഷികളുടെ കാര്യം സാർ മറന്നതായിരിക്കുമോ? അങ്ങനെ വരാനിടയില്ലല്ലോ.

"പക്ഷികളെയും ദ്വിജം എന്ന് വിളിക്കാറുണ്ട്. എന്താ കാരണമറിയാമോ?" - മാഷ് ചോദിച്ചു. അതെ, മാഷ് വിഷയത്തിലേക്ക് വന്നിരിക്കുന്നു. അതിന്റെ ആമുഖത്തിനാണ് ബ്രാഹ്മണരെ കൂട്ടുപിടിച്ചത്.

"ആദ്യം മുട്ടയുടെ ജന്മം, പിന്നീട് പക്ഷിയുടെ ജന്മം" - രാഹുൽ പറഞ്ഞു.

"വെരിഗുഡ്. നല്ല ആലോചന. അങ്ങനെ നാം ആലോചിച്ചാൽ ശരിയുത്തരം കിട്ടും. മുട്ടയായാണ് പക്ഷിയുടെ ആദ്യ ജന്മം. അതുവിരിഞ്ഞ് പക്ഷിയാവുമ്പോൾ അടുത്ത ജന്മം. അങ്ങനെ പക്ഷികളും ദ്വിജന്മാരാവുന്നു. 1500 ലക്ഷം വർഷങ്ങൾക്കുമുമ്പ് പക്ഷികൾ ഭൂമുഖത്തുണ്ടായിരുന്നുവെന്നാണ് ശാസ്ത്രജ്ഞർ പറയുന്നത്. അക്കാലയളവിലെ പക്ഷികൾക്ക് ദിനോസറുമായി ചില സാമ്യങ്ങളുണ്ടായിരുന്നതായി പഠനങ്ങളിലുണ്ട്. ആർക്കിയോപ്ടെറിക്സ് എന്നറിയപ്പെട്ടിരുന്ന അന്നത്തെ പക്ഷികൾക്ക് മനുഷ്യന്റെയത്ര വലിപ്പമുണ്ടായിരുന്നുവെന്നാണ് കണ്ടെത്തിയിട്ടുള്ളത്. ഇവയ്ക്ക് പറക്കാനാവില്ലായിരുന്നു. പല്ലുകൾ, ചിറകുകൾ, തൂവലുകൾ എന്നിവ കാണപ്പെട്ടിരുന്നതിനാലാണ് ഇവയെ പക്ഷികൾ എന്ന് വിളിച്ചിരുന്നത്. കാലക്രമത്തിൽ പ്രകൃതിയിൽ ഉണ്ടായ മാറ്റങ്ങൾക്കനുസരിച്ച് പക്ഷികൾക്കും മാറ്റമുണ്ടായി. അങ്ങനെ ഇന്നത്തെ പക്ഷികളുണ്ടായി." - മാഷ് പറഞ്ഞു.

"ചൂട്, തണുപ്പ് എന്നുവേണ്ട ഏത് സാഹചര്യത്തിലും പക്ഷികൾ കാണും. ഒട്ടകപ്പക്ഷികൾ ചൂടേറിയ മരുഭൂമികളിലാണ് കാണുന്നതെന്ന് നിങ്ങൾ ഇതിനകം പഠിച്ചിട്ടുണ്ടാവും. എന്നാൽ, മഞ്ഞുറയുന്ന അന്റാർട്ടിക്കയിലാണ് പെൻഗ്വിന്റെ വാസം. മണ്ണിലും വെള്ളത്തിലും കാടുകളിലും എന്നുവേണ്ട എവിടെയും പക്ഷികൾ കൂടൊരുക്കി ജീവിക്കും. ആകാശത്തിൽ പാറിപ്പറക്കുന്നവ മുതൽ ജലാശയത്തിൽ മുങ്ങിത്താഴുന്നവ വരെ എന്തെന്ത്

വ്യത്യസ്ത രീതിയിലാണ് അവ ജീവിക്കുന്നതെന്നോ! തീരെ കുഞ്ഞൻമാരായ കുരുവികൾ മുതൽ ഭീമൻ ഒട്ടകപ്പക്ഷിവരെ ഇവയുടെ ആകൃതിയിലും ജീവിതത്തിലും എന്തെന്ന് വ്യത്യാസങ്ങളുണ്ടെന്നോ? എനിക്കു തോന്നുന്നത് മനുഷ്യരേക്കാൾ കൗതുകവും വ്യത്യസ്തവുമാണ് പക്ഷികളുടെ ജീവിതമെന്നാണ്. ചില പക്ഷികൾക്ക് രാത്രി മാത്രമേ ഇര തേടാനാവൂ. മനുഷ്യരിൽ അങ്ങനെയുള്ളവരെ കാണാനാവുമോ?"

"ഉവ്വ്. കള്ളൻ കുഞ്ഞപ്പൻ" - മിഥുന്റെ മറുപടി സാറിനെയും ചിരിപ്പിച്ചു.

"ദേശാടനപ്പക്ഷികൾ എന്നത് ഒരു വിഭാഗം പക്ഷികളുടെ ജീവിതരീതിയാണ്. എന്തിനാണ് അവ ദേശാടനം നടത്തുന്നത്? മനുഷ്യരും ദേശാടനം നടത്താറുണ്ട്. അതെന്തിനാണെന്നറിയാമോ?"

"മോക്ഷം വാങ്ങാൻ" - രേവതിയുടെ മറുപടി.

"വാങ്ങാൻ കിട്ടുന്നതാണോ മോക്ഷം? മോക്ഷമാർഗ്ഗംതേടി വയസ്സാവുമ്പോൾ ആളുകൾ തീർത്ഥാടനകേന്ദ്രങ്ങൾ സന്ദർശിക്കാറുണ്ട്. അവരറിയുന്നില്ല, ചുറ്റുവട്ടത്തുള്ള സഹജീവികളെ സ്നേഹിക്കുകയും സഹായിക്കുകയും ചെയ്യുന്നതിൽ കവിഞ്ഞുള്ള മോക്ഷമാർഗ്ഗങ്ങളൊന്നുമില്ലെന്ന്. ഗൾഫ് ഉൾപ്പെടെയുള്ള രാജ്യങ്ങളിൽ നമ്മുടെ നാട്ടുകാർ താമസിക്കുന്നതിനെയും വേണമെങ്കിൽ ദേശാടനമായി കാണാം." - മാഷ് പറഞ്ഞു.

"അപ്പോൾ ഡെന്നിസൺ ദേശാടകനാണല്ലേ?" - ഞാൻ ചോദിച്ചു.

"ഗൾഫിലുള്ള എന്റെ ഡാഡിയും ദേശാടനപ്പക്ഷിയാണോ?" - ലോറ ചോദിച്ചു.

"ദേശാടനപ്പക്ഷിയല്ല; ദേശാടനപ്പുരുഷൻ" - റോബിൻ പറഞ്ഞു.

"അതുശരിയാ. ദേശാടനപ്പുരുഷൻ - അതും നല്ല പ്രയോഗമാണ്. അഞ്ചാം ക്ലാസിൽ ഇത്രയും നന്നായി ഇതൊക്കെ പറയാൻകഴിയുന്നവർ ശ്രമിച്ചാൽ ഒരുപാട് മുന്നേറാനാവും. എന്തിനാ ലോറയുടെ ഡാഡി ഗൾഫിൽ പോയത്?"- മാഷ് ചോദിച്ചു.

"ജോലി തേടി" - ലോറ പറഞ്ഞു.

"എന്തിനാ ജോലി?" - മാഷിന്റെ ചോദ്യം.

"കുടുംബം പോറ്റാൻ" - ലോറയുടെ മറുപടി.

"കുറച്ചുകൂടി വ്യക്തമായി പറഞ്ഞാൽ നിങ്ങൾക്കെല്ലാവർക്കും ആഹാരം കഴിക്കാൻ. അല്ലേ? പക്ഷികൾ ദേശാടനം നടത്തുന്നതിന്റെ പ്രധാന കാരണങ്ങളിലൊന്ന് ഇതുതന്നെയാണ്.- ആഹാരം. മറ്റൊന്ന് കാലാവസ്ഥയിലെ വ്യതിയാനമാണ്. തണുപ്പിൽ കഴിയുന്ന പക്ഷികൾക്ക് ചൂടുകാലത്ത് കഴിയാൻ പ്രയാസമായിരിക്കും. അപ്പോൾ അവ എന്തുചെയ്യും? തണുപ്പുള്ള പ്രദേശത്തേക്ക് ചേക്കേറും. അവിടെ ഋതുവ്യത്യാസമുണ്ടാവുമ്പോൾ തിരികെ പഴയ സ്ഥലത്തെത്തും. ചെന്നുചേരുന്ന ചുറ്റുപാടുകളുമായി ഇഴുകിച്ചേരാൻ ഇവയ്ക്കാവുന്നു. നമ്മൾ മനുഷ്യർക്കാവുന്നതുപോലെതന്നെ. അതുകൊണ്ടാണല്ലോ ഒരു പരിചയവുമില്ലാത്തിടങ്ങളിൽ മനുഷ്യർ കുടുംബംപുലർത്താൻ പോയി താമസിക്കുന്നത്."

"കൂട്ടമായി ദേശാടനം നടത്തുന്നവരിൽ ഒരു വിഭാഗമാണ് അരയന്നങ്ങൾ. വസന്തകാലത്ത് ഇന്ത്യയിൽനിന്ന് ടിബറ്റിലേക്ക് ദേശാടനം നടത്തുന്നവരാണ് വാത്തുകൾ എന്ന് മലയാളത്തിലറിയപ്പെടുന്ന ഗൂസുകൾ. രക്തം കട്ടപിടിക്കുന്ന ഹിമാലയത്തിലെ തണുപ്പിനെ അതിജീവിച്ചാണ് ഇവയുടെ സഞ്ചാരം. തണുപ്പിൽ നിന്ന് രക്ഷനേടാനായി ഇവ ശക്തമായി ചിറകടിച്ചാണ് പറക്കുക."

"ഭൂമിശാസ്ത്രപരമായ പ്രത്യേകതകൾ തിരിച്ചറിഞ്ഞാണ് പക്ഷികളുടെ യാത്ര. കാറ്റിന്റെ ദിശയും ഇവയുടെ ദേശാടനത്തിനെ സ്വാധീനിക്കുന്നു. വഴികളിൽ അടയാളങ്ങൾ നോക്കി വച്ചാണ് ഇവയുടെ വരവും പോക്കുമെന്നാണ് അനുമാനം."

മാഷ് തുടർന്നു: "ദേശാടനപ്പക്ഷികളുടെ കാര്യം പറയുമ്പോൾ വലിയ കൂട്ടമായി ദേശാടനത്തിനിറങ്ങുകയും ജീവനാശം നേരിടുകയും ചെയ്ത സഞ്ചാരിപ്രാവിനെപ്പറ്റി ഓർക്കാതിരിക്കാനാവില്ല. വടക്കൻ അമേരിക്കയാണ് ഇവയുടെ ജന്മദേശമെന്നാണ് കരുതുന്നത്. ഇന്ന് അവയുടെ വംശനാശം പൂർണ്ണമായി. ഭൂമുഖത്ത് സഞ്ചാരിപ്രാവ് അഥവാ പാസഞ്ചർ പീജിയൻ ഒരെണ്ണം

പോലും ഇല്ല. വർണ്ണഭംഗിയാർന്ന ഈ പ്രാവ് പെരുങ്കൂട്ടം എന്നു വിശേഷിപ്പിക്കാവുന്ന വിധത്തിലാണ് സഞ്ചരിച്ചിരുന്നത്. ജാഥയുടെ വാർത്തകൾ വായിച്ചിട്ടില്ലേ- ഒരു പോയിന്റ് കടക്കാൻ ഒരു കിലോമീറ്റർ ദൈർഘ്യമുള്ള ജനപ്രവാഹം ഒരുമണിക്കൂർ എടുത്തു എന്നൊക്കെ? ആ രീതിയിൽ പറയുകയാണെങ്കിൽ ഇവയ്ക്ക് ഒരു പോയിന്റ് കടക്കാൻ മണിക്കൂറുകൾ വേണമായിരുന്നു. ഒന്നരക്കിലോമീറ്റർ വീതിയിലും 500 കിലോമീറ്റർ നീളത്തിലും മണിക്കൂറുകളോളം പറന്നാണ് വടക്കേ അമേരിക്കയിൽനിന്ന് യൂറോപ്പിലേക്ക് ഇവ ദേശാടനത്തിനെത്തിയിരുന്നത്. ഒരു വശത്തേക്ക് മൂന്ന് മുതൽ അഞ്ചുവരെ ലക്ഷംകോടി സഞ്ചാരിപ്രാവുകൾ പറന്നൊരുക്കുന്ന കാഴ്ചയുടെ ആ കടൽ സങ്കല്പിച്ചുനോക്കിക്കേ... ഇവയുടെ ഇറച്ചി അതീവ രുചികരമായി കരുതിപ്പോന്നു. അതുകൊണ്ടുതന്നെ സഞ്ചാരിപ്രാവിനെ വലിയ തോതിൽ വേട്ടയാടി. വില കുറവായതിനാൽ ഈ ഇറച്ചിക്കായി അമേരിക്കയിലെ പാവപ്പെട്ടവർ ക്യൂ നില്ക്കുമായിരുന്നു. അടിമവംശത്തിൽപെട്ട ജനങ്ങളുടെ ഇഷ്ടഭക്ഷണമായിരുന്നു ഇത്. 1878 ൽ മിഷിഗണിൽ ഇവയുടെ വലിയൊരു കേന്ദ്രം ഉണ്ടായിരുന്നു. അവിടെ 50,000 സഞ്ചാരിപ്രാവിനെ ഓരോ ദിവസവും കൊല്ലുകയായിരുന്നു. ഇത് അഞ്ചുമാസം നടന്നതായി പക്ഷിഗവേഷകർ രേഖപ്പെടുത്തിയിട്ടുണ്ട്. അവസാനത്തെ സഞ്ചാരിപ്രാവിന്റെ മരണം 1914 സെപ്തംബർ ഒന്നിനായിരുന്നു. മിഷിഗണിൽ ഒഹിയോയിലെ മൃഗശാലയായിരുന്നു ഇത് വസിച്ചിരുന്നത്. മാർത്ത എന്നുപേരിട്ട ആ പ്രാവിന് അവിടെ സ്മാരകശില്പമുണ്ട്.”

മൂന്ന്

"പക്ഷി നിരീക്ഷണദിനമായി ആചരിക്കുന്നതെന്നാണെന്നറിയാമോ?"- മാഷ് ചോദിച്ചു.

"നവംബർ 12" - ഞാൻ പറഞ്ഞു.

"അതെന്താ അന്ന് ഈ ദിനം ആചരിക്കുന്നത്?" - മാഷിന്റെ ചോദ്യം വീണ്ടും.

"സാലിം അലിയുടെ ജന്മദിനം" - ഞാൻ പറയാനൊരുങ്ങുമ്പോഴേക്കും മഹിമ ഉത്തരം നല്കി.

"ആരാ ഈ സാലിം അലി?" - അടുത്ത ചോദ്യം.

"പക്ഷിപിടുത്തക്കാരൻ" - രാഹുലാണ് ഉത്തരം നല്കിയത്.

"ഈ ചോദ്യത്തിന് അങ്ങനെ ഉത്തരം എഴുതിയാൽ കിട്ടുന്നത് വലിയൊരു കോഴിമുട്ടയാണ്." - അതുകേട്ട് ചമ്മിയ രാഹുലിന്റെ മുഖത്തേക്കുനോക്കി മാഷ് പറഞ്ഞു: "ഒരർത്ഥത്തിൽ രാഹുൽ പറഞ്ഞത് ശരിയുമാണ്."

"ഡോ. സാലിം മോഹിയുദ്ദിൻ അബ്ദുൾ അലിം ആണ് സാലിം അലി എന്ന പേരിൽ അറിയപ്പെടുന്നത്. ലോകപ്രശസ്തനായ പക്ഷിശാസ്ത്രജ്ഞനാണദ്ദേഹം. 1896 നവംബർ 12 ന് മുംബൈയിലാണ് ജനനം. പക്ഷിനിരീക്ഷണത്തിന് ശാസ്ത്രീയമായ ദിശാബോധം നല്കിയ ഡോ. സാലിം അലി സ്വന്തം

ജീവിതം അതിനായി സമർപ്പിക്കുകയായിരുന്നു. അതുകൊണ്ടാണ് അദ്ദേഹത്തിന്റെ ജന്മദിനം പക്ഷിനിരീക്ഷണദിനമായി ആചരിക്കുന്നത്. 1987 ജൂൺ 21 നാണ് അദ്ദേഹത്തിന്റെ മരണം.

നിങ്ങളുടെ പ്രായത്തിലാണ് സാലിം അലി പക്ഷി നിരീക്ഷണത്തിലേക്ക് തിരിയുന്നത്. അത് വളരെ യാദൃച്ഛികമായിരുന്നു. അമ്മാവന്റെ സംരക്ഷണയിൽ കഴിയുകയായിരുന്ന സാലിം അലി പത്താം വയസ്സിൽ ഒരു എയർഗൺ കൊണ്ട് കുഞ്ഞാറ്റക്കിളിയെ വെടിവച്ചു. ഈ സംഭവം ആ ബാലനെ ബോംബെ (ഇന്നത്തെ മുംബൈ)യിലെ നാച്ചുറൽ ഹിസ്റ്ററി സൊസൈറ്റി സെക്രട്ടറി ഡബ്ല്യു. എസ് മില്ലാർഡിന് മുന്നിലാണ് എത്തിച്ചത്. അമ്മാവൻ മരുമകനെ അവിടെ എത്തിക്കുകയായിരുന്നു. തുടർന്ന് അദ്ദേഹം അവരോടൊപ്പം കൂടി. ഇതിനിടയിൽ പഠനത്തിനായി ജർമ്മനിയിലും പോയി. പ്രൊഫ. ഇർവിൻ സ്ട്രെസ്മാൻ ആയിരുന്നു ഗുരുനാഥൻ. ബ്രിട്ടനിലെ ഓർണിത്തോളജിക്കൽ സൊസൈറ്റിയുടെ സ്വർണ്ണമെഡൽ നേടിയ ബ്രിട്ടീഷുകാരനല്ലാത്ത പക്ഷിനിരീക്ഷകൻ എന്ന ബഹുമതിയും അദ്ദേഹത്തിനുണ്ടായിരുന്നു. ഓർണിത്തോളജി എന്നു പറഞ്ഞാലെന്താ?"

"പക്ഷികളെക്കുറിച്ച് പഠിക്കുന്ന ശാസ്ത്രം" - ലോറ പറഞ്ഞു.

"അതെ. തിരികെ ഇന്ത്യയിലെത്തിയ സാലിം അലി ഇന്ത്യയിൽ പക്ഷിനിരീക്ഷണവും പക്ഷിശാസ്ത്രവും കൂടുതൽ ജനകീയമാക്കാൻ ഇറങ്ങുകയായിരുന്നു. 1933 ൽ അദ്ദേഹം തിരുവിതാംകൂറിലും കൊച്ചിയിലും എത്തി. അന്ന് കേരളം രൂപീകൃതമായിട്ടില്ല. ഇന്ത്യക്ക് സ്വാതന്ത്ര്യം കിട്ടിയിട്ടുമില്ല. ഇവിടെ സഞ്ചരിച്ചു നടത്തിയ പഠനത്തിന്റെ കണ്ടെത്തലുകൾ അദ്ദേഹം ബോംബെ നാച്ചുറൽ ഹിസ്റ്ററി സൊസൈറ്റി ജേർണലിൽ പ്രസിദ്ധീകരിച്ചിട്ടുണ്ട്. ഇത് 20 വർഷത്തിനുശേഷം അദ്ദേഹം കേരള സർവ്വകലാശാലയ്ക്ക് നല്കി. തട്ടേക്കാട് പഞ്ചിസങ്കേതമാക്കണമെന്ന് ഡോ. സാലിം അലി 1950 ൽ ശുപാർശ ചെയ്തിരുന്നു. ദേശാടനപ്പക്ഷികളടക്കം 167 ഇനം പക്ഷികൾ തട്ടേക്കാട്ടുണ്ടെന്ന് അദ്ദേഹം കണ്ടെത്തി. കോട്ടയത്തെ കുമരകം, വയനാട്ടിലെ പക്ഷി

പാതാളം, കോഴിക്കോട് കടലുണ്ടി അഴിമുഖം, കൊച്ചി മംഗള വനം എന്നിവയാണ് കേരളത്തിലെ പ്രധാന പക്ഷിസങ്കേതങ്ങൾ.

ഹാൻഡ്ബുക്ക് ഓഫ് ബേർഡ്സ് ഓഫ് ഇന്ത്യ ആന്റ് പാകിസ്ഥാൻ, ദ ബുക്ക് ഓഫ് ഇന്ത്യൻ ബേർഡ്സ്, ദി ഫാൾ ഒഫ് ദ സ്പാരോ (ഒരു കുരുവിയുടെ പതനം) എന്നിവയാണ് പ്രധാന കൃതികൾ. ഇതിൽ *ഒരു കുരുവിയുടെ പതനം* ഡോ. സാലിം അലിയുടെ ആത്മകഥയാണ്. 1958 ൽ പത്മഭൂഷൺ നല്കിയും 1976 ൽ പത്മവിഭൂഷൺ നല്കിയും രാഷ്ട്രം അദ്ദേഹത്തെ ആദരിച്ചു. ഇന്ത്യൻ നാഷണൽ സയൻസ് അക്കാദമിയുടെ സുന്ദർലാൽ ഹോറ സ്വർണ്ണമെഡൽ 1973 ൽ ഹോളണ്ടിലെ രാജാവിന്റെ ഓർഡർ ഓഫ് ദ ഗോൾഡൻ ആർക്ക് എന്നിവയ്ക്കർഹനായി.

പെരിയാർ നദി തട്ടേക്കാട് പക്ഷിസങ്കേതത്തിലൂടെയാണ് ഒഴുകുന്നത്. കേരളത്തിലെ ആദ്യത്തെ പക്ഷിസങ്കേതമായ ഇതിന് ഡോ. സാലിം അലിയുടെ പേര് നല്കുകയായിരുന്നു. ആദ്യകാലത്ത് അദ്ദേഹത്തിന്റെ പക്ഷിനിരീക്ഷണത്തെക്കുറിച്ചറിയുമ്പോൾ ക്രൂരം എന്നുപറഞ്ഞുപോവും. അദ്ദേഹം മാത്രമല്ല, അദ്ദേഹത്തിന്റെ സമകാലികരെല്ലാം പക്ഷിനിരീക്ഷണം നടത്തിയത് അങ്ങനെയാണ്. ഒരു പക്ഷിസങ്കേതത്തിലോ വനത്തിലോ ചെല്ലുന്നു, തോക്കുപയോഗിച്ച് കിട്ടുന്ന പക്ഷികളെയെല്ലാം വെടിവച്ചിടുന്നു... പക്ഷികളുടെ ഈ ജഡം നോക്കിയാണ് നിരീക്ഷണം നടത്തിയിരുന്നത്. പിന്നീട് ഈ ക്രൂരമായ അവസ്ഥ അവസാനിപ്പിക്കാനും ഡോ. സാലിം അലി രംഗത്തിറങ്ങുകയായിരുന്നു. അതുകൊണ്ടാണ് സാലിം അലിയെ രാഹുൽ പക്ഷിപിടുത്തക്കാരൻ എന്നുപറഞ്ഞപ്പോൾ ഞാൻ ഭാഗികമായി അതിനോട് യോജിച്ചത്." - മാഷ് വിശദീകരിച്ചു.

നാല്

"ഒരു പക്ഷിപാടുമ്പോൾ അത് കേൾക്കുന്നിടംവരെ ആ പക്ഷിയുടെ അധീനതയിലാണ്. അതുകൊള്ളാവുന്ന കാര്യം തന്നെ അല്ലേ?"- മദ്ധ്യവേനൽ അവധിയുടെ ആദ്യദിവസമാണ് മാഷ് ചോദിച്ചത്.

"ഇങ്ങനൊന്ന് മനുഷ്യരുടെ കാര്യത്തിൽ നടപ്പിലായാൽ രാഹുലിനാണ് ഏറ്റവും കൂടുതൽ സ്ഥലം കിട്ടുക. കൂവലിൽ ഇവന്റടുത്തൊന്നും ആരുമെത്തില്ല." - ഞാൻ പറഞ്ഞതുകേട്ട് മാഷും ചിരിച്ചു.

"പക്ഷികളുടെ ലോകം വിചിത്രമാണ്. അവയെ നിരീക്ഷിക്കുന്നത് എത്ര കൗതുകകരമാണെന്നോ? ഓരോ പക്ഷിയേയും നോക്കി നിങ്ങൾ എന്തൊക്കെ പ്രത്യേകതകൾ കണ്ടു എന്ന് അടുത്തദിവസം പറയണം. പക്ഷിയുടെ എന്തൊക്കെ വിവരം കിട്ടുമോ അതൊക്കെ നിരീക്ഷണത്തിലൂടെ സ്വന്തമാക്കാൻ കഴിയണം." - മദ്ധ്യവേനൽ അവധി തുടങ്ങിയതിന്റെ അന്ന് മാഷ് പറഞ്ഞു.

"ഞാനുദ്ദേശിച്ചത് ഈ രണ്ടുമാസം ഇനി നിങ്ങളെക്കൊണ്ട് പാഠപുസ്തകവും പേനയും എടുപ്പിക്കേണ്ടെന്നാണ്. അതിൽ പേനയുടെ കാര്യത്തിൽ നമുക്കൊരു ഇളവനുവദിക്കാം. പാഠപുസ്തകം സ്കൂൾ തുറന്നശേഷം മതി. അല്ലാത്ത പുസ്തക

ങ്ങൾ ഈ അവധിക്കാലത്ത് കിട്ടുന്നിടത്തോളം വായിക്കണം. നിങ്ങളെ നിങ്ങളാക്കുന്നത് ഇങ്ങനെ കിട്ടുന്ന അല്ലെങ്കിൽ നിങ്ങൾ സ്വന്തമായി സമ്പാദിക്കുന്ന ഇത്തരം അറിവുകളാണ്. നമുക്ക് ഈ അവധിക്കാലത്ത് പക്ഷിനിരീക്ഷണം എന്ന പുതിയ ഒരു ഹോബി തുടങ്ങിയാലോ?"

ഞങ്ങൾക്കെല്ലാപേർക്കും സമ്മതമായിരുന്നു

"അപ്പോൾ ഇന്നുതന്നെ പക്ഷിനിരീക്ഷണം ആരംഭിക്കുന്നു. ഇതിന്ആദ്യം വേണ്ടത് ഒരുനോട്ട്ബുക്കും പേനയുമാണ്. എല്ലാവർക്കും അതുണ്ടല്ലോ?"

"കഴിഞ്ഞ വർഷത്തെ നോട്ട്ബുക്കിന്റെ ബാക്കിയുണ്ട്."- ലോറ പറഞ്ഞു.

"അതായാലും മതി. ഇതിനായി ഒരു പ്രത്യേക ബുക്കുതന്നെ കിട്ടുമെങ്കിൽ അതായിരിക്കും നല്ലത്. ഇല്ലെങ്കിൽ കഴിഞ്ഞ വർഷത്തെ ബുക്കുകളിൽ അധികം വന്ന പേപ്പർ എടുത്ത് കുത്തിക്കെട്ടി പുതിയ ഒരു ബുക്കുണ്ടാക്കിയാലും മതി."

മാഷ് തുടർന്നു: "നിങ്ങൾ നാളെ ആദ്യംകാണുന്ന പക്ഷിയെ സൂക്ഷിച്ച് നോക്കണം. അവയുടെ നിറം, എത്ര വലുതാണ്, കാലിന്റെയും ചുണ്ടിന്റെയും നീളം, നിറം... ആഹാരം കഴിക്കുന്നത്, നടക്കുന്നത്, പറക്കുന്നത്... കരച്ചിലിന്റെയും പാടുന്നതിന്റെയും പ്രത്യേകത, ഒറ്റയ്ക്കാണോ അതോ കൂട്ടമായാണോ നടക്കുന്നത്, കൂട് കണ്ടോ, എന്താണതിന്റെ പ്രത്യേകത എന്നുതുടങ്ങി കിട്ടാവുന്നിടത്തോളം കാര്യങ്ങൾ നോക്കി മനസ്സിലാക്കണം. എന്നിട്ട് കണ്ട കാര്യങ്ങൾ ബുക്കിൽ എഴുതി വയ്ക്കണം. അതിവിടെ കൊണ്ടുവന്നാൽ നമുക്ക് വായിക്കാം. ഓരോരുത്തരും പക്ഷികളെ എങ്ങനെയാണ് നിരീക്ഷിച്ചതെന്ന് അറിയാല്ലോ.."- മാഷ് പറഞ്ഞു.

അഞ്ച്

പുറത്ത് നല്ല മഴ പെയ്യുകയാണ്. ആരും കുട എടുത്തിട്ടില്ല. ഏപ്രിൽ ആദ്യം മഴ പെയ്യുമെന്ന് കരുതാനാവില്ലല്ലോ. പക്ഷിനിരീക്ഷണമായിരുന്നു അന്നത്തെ ട്യൂഷനിലെ പ്രധാന വിഷയം. ഓരോരുത്തരും പക്ഷികളെ നിരീക്ഷിച്ച് വിവരങ്ങൾ എഴുതിക്കൊണ്ടുവന്നിരുന്നു. കോഴി, കാക്ക, പ്രാവ് എന്നിവയെപ്പറ്റിയാണ് കൂടുതൽ പേരും എഴുതിയത്. ഓരോരുത്തരും ഓരോ വിധത്തിലായിരുന്നു നിരീക്ഷിച്ചത്. ചിലർ ഇര തേടുന്നതിന്റെ രീതി ശ്രദ്ധിച്ചപ്പോൾ മറ്റു ചിലർ പറക്കുന്നതിലെ പ്രത്യേകതകൾ എഴുതി. അവയെയൊക്കെ വായിച്ച്, മാഷ് പ്രോത്സാഹിപ്പിച്ചു. സമയം പോയത് അറിഞ്ഞേയില്ല. മഴ തോർന്നിട്ട് പുറത്തിറങ്ങാമെന്ന് മാഷ് പറഞ്ഞപ്പോൾ അതുകൊണ്ടുതന്നെ എല്ലാവർക്കും സന്തോഷമാണ് തോന്നിയത്.

"കുടയുംകൊണ്ട് നിങ്ങളുടെ വീട്ടുകാർ വരാതിരിക്കില്ല. അപ്പോഴേക്കും നമുക്ക് പൂമുഖത്തിരുന്ന് മഴ കാണാം."

"മഴയിലെന്താ മാഷേ, അത്രയ്ക്ക് കാണാൻ?" - റോബിനാണ് ചോദിച്ചത്.

"എന്തെങ്കിലുമുണ്ടോ എന്ന് നോക്കാം" - പൂമുഖത്തേക്ക് നടക്കുന്നതിനിടയിൽ മാഷ് പറഞ്ഞു.

“ഇനി നിങ്ങൾ നോക്കിക്കോളൂ. അഞ്ചുമിനിട്ട് ഈ മഴയേയും മഴ പെയ്യുമ്പോൾ ഭൂമിക്കും ആകാശത്തിനും എന്തെങ്കിലും മാറ്റമുണ്ടോ എന്നും നോക്കിക്കോളൂ.”

മഴ കോരിച്ചൊരിയുകയാണ്. തുള്ളിക്കൊരു കുടം എന്ന കണക്കെ. പുറത്തെ കാഴ്ചകൾ മഴയിൽ മങ്ങിപ്പോവുകയാണ്. മുറ്റത്ത് വെള്ളം നിറഞ്ഞുവരുന്നത് അരികിലുള്ള ഓവിലൂടെ പറമ്പിലേക്ക് ഒഴുകിപ്പോവുന്നു. മഴത്തുള്ളികൾ പൊടുന്നനെ മുറ്റത്ത് തീർത്ത തടാകത്തിൽ വീണ് ചിതറുന്നത് എന്ത് ഭംഗിയാണെന്ന് ഇപ്പോഴാണ് മനസ്സിലാവുന്നത്. ദീപാവലിക്ക് കത്തിച്ച പൂത്തിരിക്കാണോ ഇതിനാണോ കൂടുതൽ മനോഹാരിത?

അപ്പോഴാണ് ആ മഴ നനഞ്ഞ് രാഹുൽ ഓടിവരുന്നത് കണ്ടത്. ഈ കുട്ടി ഇതെന്തിനാ ഇങ്ങനെ നനയുന്നതെന്ന് മാഷ് ചോദിക്കുകയും ചെയ്തു. രാഹുലിന്റെ കൈയിൽ പഞ്ഞിക്കെട്ടുപോലുള്ള എന്തോ ആണല്ലോ. അല്ല, അതൊരു പക്ഷിയാണല്ലോ... ഇന്നലെ മാഷ് പക്ഷികളെ നിരീക്ഷിക്കാൻ പറഞ്ഞതുകേട്ട് രാഹുൽ അതിനെ പിടിച്ചതാണോ? എങ്കിൽ അത് സാലിം അലിയെപ്പോലെയാവാനായിരിക്കുമോ? രാഹുലിനും നല്ല ഉന്നമാണ്. ആ സ്ഥിതിക്ക് പക്ഷിയെ എറിഞ്ഞിട്ടതാവാനേ വഴിയുള്ളൂ.

ഇപ്പോൾ രാഹുൽ വീട്ടുമുറ്റത്തെത്താറായി. കൊക്കിനെപ്പോലെയുള്ള ഒരുപക്ഷി. അതിന്റെ ശരീരം മുഴുവൻ മുറിഞ്ഞിരിക്കുകയാണ്. ചോര ഒഴുകുന്നുണ്ട്. വെള്ളവും ചോരയും കലർന്ന് വല്ലാത്ത അവസ്ഥ.

“നീ അവിടെനിന്ന് നനയാതെ വരാന്തയിലേക്ക് കയറി നില്ക്ക്. അകത്ത് വാഷ് ബേസിന്റെ അടുത്ത് ടവ്വലുണ്ട്. റോബിൻ, അതെടുത്തുകൊണ്ടുവന്ന് രാഹുലിന് തലതുവർത്താനായി കൊടുക്ക്” - മാഷ് നിർദ്ദേശിച്ചു.

“ഇതിനെ എവിടുന്ന് കിട്ടി?”- ഞാൻ ചോദിച്ചു.

“മാഷ് ഇന്നലെ പറഞ്ഞതനുസരിച്ച് ഇങ്ങോട്ടുവരുന്നവഴി പക്ഷിനിരീക്ഷണംകൂടി നടത്തുകയായിരുന്നു. നാഗരുകാവിന് മുന്നിലൂടെയുള്ള റോഡിലൂടെയാണ് ഞാൻ വന്നത്. അവിടെ എപ്പോഴും ഒരുപാട് കിളികൾ കാണുമല്ലോ. ഞാൻ ചെന്നപ്പോൾ ഈ കിളിയെപ്പോലെ ഒത്തിരി എണ്ണം ഉണ്ടായിരുന്നു.

പെട്ടെന്ന് ഒരു ഇന്നോവ കാറിൽ അവിടെ എത്തിയവരിൽ ഒരാൾ തോക്കെടുത്ത് വെടിവച്ചു. നല്ല അസ്സല് ഇറച്ചിയാണെന്നു പറഞ്ഞായിരുന്നു ഇത്. വെടിയേറ്റുവീണ ഈ പക്ഷിയെ എടുക്കാൻ അവർ എന്റെ പിന്നാലെ വന്നെങ്കിലും ഞാൻ കാവിലെ ഗുഹയ്ക്കുള്ളിൽ ഒളിച്ചിരുന്നു. അതിനുശേഷം കുറുക്കുവഴിയിലൂടെ ഇങ്ങോട്ട് ഓടിപ്പോരുകയായിരുന്നു." - രാഹുൽ പറഞ്ഞു.

"അവരെ ഇതിനുമുമ്പ് രാഹുൽ കണ്ടിട്ടുണ്ടോ?" - മാഷ് ചോദിച്ചു.

"ഇല്ല." രാഹുൽ മറുപടി നല്കി.

"ഇത് ദേശാടനപ്പക്ഷികളുടെ കൂട്ടത്തിൽപെട്ടവയാണ്. കണ്ടിട്ട് സൈബീരിയയിൽനിന്ന് വന്നതാണെന്നാണ് തോന്നുന്നത്. ഇവയെ വേട്ടയാടുന്നത് കുറ്റകരമാണ്. പക്ഷേ, ആർത്തിമൂത്ത ചിലർക്ക് ഒരു നിയമവും വ്യവസ്ഥയും ബാധകമല്ലല്ലോ. അവർ വെടിവച്ചിട്ടത് തോക്കുകൊണ്ടാണെന്ന് പറഞ്ഞ സ്ഥിതിക്ക് പക്ഷികളെ വെടിവച്ചിടാൻ വേട്ടക്കാർ ഉപയോഗിക്കുന്ന എയർഗൺ ആയിരിക്കും. ഏതിനും എത്രയും പെട്ടെന്ന് ഈ പക്ഷിയെ മൃഗാശുപത്രിയിലെത്തിക്കാം. വെറ്റിനറി സർജൻ അവിടെയുണ്ടാകും. അദ്ദേഹം വേണ്ട കാര്യങ്ങൾ ചെയ്തോളും." - മാഷ് പറഞ്ഞു.

ആറ്

“സർക്കാർ മൃഗാശുപത്രി' എന്ന ബോർഡുവച്ച പഴയ ഓടിട്ട കെട്ടിടത്തിനു മുന്നിൽ മാഷിന്റെ മാരുതി കാർ നിന്നു. ഡ്രൈവിങ് സീറ്റിൽനിന്ന് മാഷ് ഇറങ്ങിവരുംമുമ്പുതന്നെ ഞാനും രാഹുലുംകൂടി ആശുപത്രിയുടെ മുൻവശത്തേക്കെത്തിയിരുന്നു. മാഷിന്റെ വീട്ടിൽനിന്ന് എടുത്ത തോർത്തുകൊണ്ട് പക്ഷിയുടെ ശരീരം പൊതിഞ്ഞിരിക്കുകയാണെങ്കിലും ചോര ഒഴുകിക്കൊണ്ടേയിരിക്കുകയാണ്. നേരത്തെ നന്നായി പിടഞ്ഞിരുന്ന പക്ഷി ഇപ്പോൾ രാഹുലിന്റെ കൈയിൽ ചൊതിങ്ങിക്കൂടിയിരിക്കുകയാണ്. ഞങ്ങൾ ശത്രുക്കളല്ലെന്നും മിത്രങ്ങളാണെന്നും പക്ഷിക്ക് ബോദ്ധ്യപ്പെട്ടിട്ടുണ്ടാവും.

ഡോക്ടർ എന്ന ബോർഡുവച്ച മുറിക്കുള്ളിൽ ഒരു ചെറുപ്പക്കാരൻ എന്തോ എഴുതിക്കൊണ്ടിരിക്കുകയാണ്. ഹാഫ്ഡോർ ഞാൻ രാഹുലിനായി തുറന്നുകൊടുക്കുന്നതിന്റെ ഒച്ച കേട്ട് ഡോക്ടർ തലയുയർത്തിനോക്കി. അപ്പോഴേക്കും രാഹുൽ പക്ഷിയെ ഡോക്ടറുടെ അടുത്തെത്തിച്ചിരുന്നു. അതിനകം മാഷ് കാർ ഒതുക്കിയിട്ട് ഡോക്ടറുടെ അടുത്തെത്തി. എന്താണ് സംഭവിച്ചതെന്ന ചോദ്യവുമായി ഡോക്ടർ തലയുയർത്തുമ്പോഴേക്കും മാഷ് കാര്യങ്ങൾ വിശദീകരിച്ചു.

ഡോക്ടർ പക്ഷിയെ കൈയിൽ വാങ്ങി പരിശോധിച്ചു.

"ആഴത്തിൽ മുറിവേറ്റിട്ടുണ്ട്. അടിയന്തരമായി ഒരു ശസ്ത്രക്രിയ വേണം." - ഞങ്ങളോടായി പറഞ്ഞശേഷം അകത്തേക്കു നോക്കി ഡോക്ടർ വിളിച്ചു പറഞ്ഞു - "സിസ്റ്റർ ഓപ്പറേഷൻ തിയേറ്റർ തയ്യാറാക്കൂ."

പക്ഷികൾക്കും ശസ്ത്രക്രിയയോ? മുമ്പ് വീട്ടിൽ അമ്മയുടെ വല്യമ്മാവന് വയറിന് ഓപ്പറേഷൻ നടത്തിയതും അയലത്തെ മാമന് ഹൃദയ ശസ്ത്രക്രിയ ചെയ്തതും കേട്ടിട്ടുണ്ട്. കിളികൾക്കും ശസ്ത്രക്രിയ ചെയ്യുമെന്ന് ഇപ്പോഴാണ് മനസ്സിലാവുന്നത്. എന്തായാലും ഇനി സ്കൂൾ തുറക്കുമ്പോൾ കൂട്ടുകാരോട് പറയാൻ ഒരു വിശേഷമായി. അവരൊക്കെ അത്ഭുതത്താൽ വാ പിളർന്നിരുന്നുപോവുമെന്ന് ഉറപ്പാണ്.

"ശരി ഡോക്ടർ, ഞങ്ങൾ പുറത്തു നില്ക്കാം." - മാഷ് പറഞ്ഞു. ഡോക്ടർ തലയാട്ടി അകത്തുനിന്ന അറ്റൻഡറെ അടുത്തുവിളിച്ചു.

"ഈ പക്ഷിയുടെ വയറിനാണ് ആഴത്തിലുള്ള മുറിവേറ്റത്. മുറിവിന് ചുറ്റുമുള്ള തൂവലുകൾ മുറിച്ചുകളയണം. സൂക്ഷ്മതയോടെ കൈകാര്യം ചെയ്യണം."- ഡോക്ടർ നിർദ്ദേശിച്ചു.

ഡോക്ടർ കൈയിൽ ഗ്ലൗസിട്ടപ്പോഴേക്കും ഞങ്ങൾ മുറിവിട്ട് പുറത്തിറങ്ങി. മുൻവശത്ത് ഒരു തടി ബെഞ്ച് കിടപ്പുണ്ട്.

"നമുക്ക് ഇതിൽ ഇരുന്നാലോ?" - മാഷ് ചോദിച്ചു. ആദ്യം മാഷും പിന്നാലെ രണ്ട് വശങ്ങളിലായി ഞാനും രാഹുലും ബെഞ്ചിൽ ഇരുന്നു.

"നിങ്ങളെപ്പോലെതന്നെ എനിക്കും കിളികൾക്കും മൃഗങ്ങൾക്കും ശസ്ത്രക്രിയ നടത്താനാവുമെന്ന് അറിയാമായിരുന്നില്ല. മനുഷ്യരുടെ ചികിത്സാരീതികളിലെന്നപോലെ മൃഗങ്ങളുടെയും പക്ഷികളുടെയും മറ്റ് ജന്തുക്കളുടെയും ചികിത്സാരീതികളിലും വൻപുരോഗതിയാണ് ഉണ്ടായിട്ടുള്ളതെന്ന് ഈ അടുത്തകാലത്താണ് മനസ്സിലായത്. തിരുവനന്തപുരത്ത് വാവാസുരേഷ് എന്ന ഒരു പാമ്പുപിടുത്തക്കാരനെ കേട്ടുകാണും. മാരകമായി പരുക്കേറ്റ ഒരു പാമ്പുമായി അദ്ദേഹം മൃഗാശുപത്രിയിലെത്തിയത് പത്രങ്ങളിൽ വായിച്ചുകാണുമല്ലോ."

“അന്ന് രാജവെമ്പാല ഇനത്തിൽപെട്ട ആ പാമ്പിന് ശസ്ത്രക്രിയ നടത്തിയ വാർത്തകൾ പത്രങ്ങളിൽ വായിക്കുകയും ടെലിവിഷനിൽ കാണുകയും ചെയ്തതിനുശേഷം ഞാൻ ഇതേക്കുറിച്ച് പഠിച്ചു. അപ്പോഴാണ് ആനിമൽ ഹസ്ബന്ററി എന്ന മൃസംരക്ഷണ മേഖലയിൽ പുതുതായി ഉണ്ടായ നേട്ടങ്ങൾ മനസ്സിലാക്കാൻ സാധിച്ചത്. അതേക്കുറിച്ച് കൂടുതൽ അറിവുണ്ടാക്കാൻ ശ്രമിച്ചു. അപ്പോഴാണ് മനുഷ്യരെപ്പോലെതന്നെ മറ്റ് ജന്തുക്കളുടെ ചികിത്സാമേഖലകളിലും വൻ പുരോഗതി ഉണ്ടായത് മനസ്സിലാക്കാൻ കഴിഞ്ഞത്.” - മാഷ് വിശദീകരിച്ചു.

“മാഷേ, മൃഗാശുപത്രി എന്നാണല്ലോ ഇവിടെ എഴുതിയിരിക്കുന്നത്. പക്ഷിയും പാമ്പുമൊന്നും മൃഗമല്ലല്ലോ.” - ഞാൻ ചോദിച്ചു.

“നിങ്ങൾ ഇതുവരെ അത് ചോദിക്കാത്തതെന്തെന്ന് ഞാനും ആലോചിക്കുകയായിരുന്നു. മൃഗങ്ങളെ മാത്രമേ മുമ്പ് ഇവിടെ ചികിത്സയ്ക്ക് കൊണ്ടുവരാറുണ്ടായിരുന്നുള്ളൂ. അതുതന്നെ കന്നുകാലികളെ. പശുക്കളുടെയും എരുമകളുടെയും പ്രസവത്തിന് സഹായിക്കുകയായിരുന്നു മുഖ്യലക്ഷ്യം. വളർത്തുമൃഗങ്ങളുടെ കൂട്ടത്തിൽ വിദേശ ഇനങ്ങളിലേത് ഉൾപ്പെടെയുള്ള നായകൾകൂടി ഉൾപ്പെട്ടതോടെ അവയും ചികിത്സയ്ക്കായി ഇവിടെ എത്തിത്തുടങ്ങി. ഇല്ലെങ്കിൽ അവയുടെ ചികിത്സയ്ക്ക് ഇവിടത്തെ ഡോക്ടർമാരുടെ സഹായം തേടാൻ തുടങ്ങി. അപ്പോഴും നമ്മുടെ നാട്ടിൽ പക്ഷി വളർത്തൽ എന്നുപറഞ്ഞാൽ കോഴിവളർത്തലോ ചിലേടങ്ങളിൽ മരങ്ങളിൽനിന്ന് പിടിച്ചതോ വീണതോ ആയ തത്തയോ മാത്രമായി ഒതുങ്ങി. പക്ഷി വളർത്തൽ ഗൗരവമായി കാണുന്നവർ ഇപ്പോഴും അപൂർവ്വമാണ്. സർക്കാരിന്റെ മൃഗാശുപത്രികളാണ് സംസ്ഥാനത്ത് കൂടുതലായുള്ളത്. അവിടങ്ങളിൽ ഇവകൂടി ചികിത്സയ്ക്ക് വ്യാപകമായി എത്തിത്തുടങ്ങുന്നതോടെ പേരിൽ മാറ്റമുണ്ടാവുമെന്ന് കരുതാം. സ്വകാര്യമേഖലയിൽ മൃഗാശുപത്രികൾ തീരെ കുറവാണ്. അങ്ങനെ തുടങ്ങിയവയുടെ പേര് ‘പെറ്റ്സ് ഹോസ്പിറ്റൽ’ എന്നൊക്കെ ആയത് ഈ മാറ്റത്തിന്റെ ഭാഗമാണ്” - മാഷ് പറഞ്ഞു.

അപ്പോഴേക്കും ഡോക്ടർ പുറത്തേക്കുവന്നു. ഞങ്ങൾ അദ്ദേഹത്തിനടുത്തേക്കു നീങ്ങി.

"ഇന്ന് ആ പക്ഷി ഇവിടെ കഴിയട്ടെ. മുറിവ് ആഴത്തിലുള്ളതാണ്. ഇടയ്ക്കിടയ്ക്ക് കുത്തിവയ്പ്പ് നല്കണം. ഇപ്പോൾ മരുന്ന് ഡ്രിപ്പിലൂടെ നല്കിയിരിക്കുകയാണ്. മാത്രമല്ല, നിങ്ങൾ പറഞ്ഞതനുസരിച്ച് ഇതിൽ കുറേ നിയമപ്രശ്നങ്ങളുമുണ്ട്. വനം വകുപ്പാണ് തുടർനടപടികൾ എടുക്കേണ്ടത്. വനത്തിലെ പക്ഷികളെയും മൃഗങ്ങളെയും ഉപദ്രവിക്കുന്നതുപോലെ കുറ്റകരമാണ് ദേശാടനപ്പക്ഷികളെ ആക്രമിക്കുന്നതും. അവയെ പിടികൂടാൻ പാടില്ല. നിങ്ങൾ വനംവകുപ്പിനെ അറിയിക്കാൻ പോവുന്നത് പ്രയാസകരമായിരിക്കും. വനം വകുപ്പിലെ വെറ്ററിനറി സർജൻ എന്റെ ബാച്ച്മേറ്റാണ്. അതുകൊണ്ട് അതിന്റെ നടപടിക്രമങ്ങൾ വേഗത്തിലാക്കാം. നിങ്ങൾ പോയിട്ട് നാളെ വന്നാൽ മതി." - ഡോക്ടർ അറിയിച്ചു.

ഞങ്ങൾ പുറത്തേക്കിറങ്ങി.

"റോബിന്റെ അച്ഛൻ പഠിക്കാൻവന്നവരെ വീട്ടിലെത്തിച്ചുകാണും. അല്ലേ" - മാഷിന്റെ ചോദ്യത്തിന് അതെ എന്ന അർത്ഥത്തിൽ ഞങ്ങൾ തലയാട്ടി. രാഹുൽ പക്ഷിയുമായി എത്തിയ ഉടൻ മാഷ് അടുത്തുതന്നെയുള്ള റോബിന്റെ വീട്ടിൽ വിളിച്ച് കാര്യം പറയുകയും കുട്ടികളെ അവരവരുടെ വീട്ടിലെത്തിക്കാനുള്ള ചുമതല ഏല്പിക്കുകയും ചെയ്തിരുന്നു. രാഹുലിന്റെ കൈയിലിരുന്ന് ചിറകടിക്കുകയായിരുന്ന പക്ഷിക്ക് വീശിക്കൊടുത്തുകൊണ്ട് നിന്നതിനാലാകണം മാഷ് എന്നോടും ആശുപത്രിയിലേക്ക് വരാൻ നിർദ്ദേശിച്ചത്.

ഏഴ്

പിറ്റേന്ന് രാവിലെ പത്തുമണിയോടെ ഞങ്ങൾ മൃഗാശുപത്രിയിലെത്തി. ഡോക്ടർ മുറിയിൽ ഉണ്ടായിരുന്നു

"ആ... നിങ്ങൾ രാവിലെ എത്തിയോ?"- ഡോക്ടർ ചോദിച്ചു. മാഷിനെയും ഞങ്ങളെയും ഡോക്ടറുടെ മുന്നിൽ നിരത്തിയിട്ടിരുന്ന കസേരകളിൽ ഇരിക്കാൻ ക്ഷണിച്ചു.

"നിങ്ങളുടെ പക്ഷി വിചാരിച്ചതിനെക്കാൾ വേഗത്തിൽ സുഖപ്പെടുന്നുണ്ട്. രണ്ടുമൂന്നു ദിവസത്തിനുള്ളിൽ പറക്കാൻ കഴിയും. ഇന്നും ഡ്രിപ്പ് കൊടുക്കേണ്ടിവരുമെന്നാണ് കരുതിയത്. രാവിലെ പാലും ചെറുമീനുകളും നല്കി. അവ അകത്താക്കി. അത് നല്ല ലക്ഷണമാണ്. വനം വകുപ്പിലെ ഡോക്ടർ ഇപ്പോഴെത്തും. അവിടെനിന്ന് തിരിച്ചതായി ഫോണിൽ അറിയിച്ചിരുന്നു." - ഡോക്ടർ അത്രയും പറഞ്ഞപ്പോഴേക്കും ഒരു ജീപ്പ് വന്നു നില്ക്കുന്ന ശബ്ദം കേട്ടു.

"അത് ഡോക്ടറായിരിക്കും." - അദ്ദേഹം എഴുന്നേറ്റു.

അപ്പോഴേക്കും ചെറുപ്പക്കാരനായ ഒരാൾ അകത്തേക്കുവന്ന് ഡോക്ടർക്ക് കൈകൊടുത്തു.

"സുരേഷ്, സുഖമാണോ?"- വന്നു കയറിയ ആൾ ചോദിച്ചു.

"ശരത്തേ, കുറേ പശുക്കളും നായ്ക്കളും ഉള്ളതുകൊണ്ട്

ജീവിച്ചുപോവുന്നു. ഇവരാണ് ഞാൻ പറഞ്ഞ സൈബീരിയൻ കൊക്കിന്റെ ആൾക്കാർ" - ഞങ്ങളെ പരിചയപ്പെടുത്തിയതിൽനിന്ന് വന്നത് വനം വകുപ്പിലെ മൃഗഡോക്ടർ ആണെന്ന് മനസ്സിലായി.

"നമസ്കാരം" - ഡോ. ശരത് ഞങ്ങൾക്കു നേരെ കൈകൂപ്പി. മാഷും ഞങ്ങളും പ്രത്യഭിവാദ്യം ചെയ്തു.

"ആദ്യം രോഗിയെ കണ്ടിട്ടാവാം, ശരത്" - ഡോ. സുരേഷ് നിർദ്ദേശിച്ചു.

"ഞാൻ അത് അങ്ങോട്ട് പറയാനിരിക്കുകയായിരുന്നു." - ഡോ. ശരത് പറഞ്ഞു.

രണ്ട് ഡോക്ടർമാരും എഴുന്നേറ്റു.

"ഞങ്ങൾ പുറത്തോട്ടിരിക്കാം" - മാഷ് എഴുന്നേറ്റു.

"അതെന്തിനാ മാഷേ, ഞങ്ങളിപ്പോൾ വരും, മാഷും ശിഷ്യരും ഇവിടെത്തന്നെ ഇരുന്നോളൂ." - ഡോക്ടർ പറഞ്ഞു.

പത്തുമിനിട്ട് കഴിഞ്ഞപ്പോൾ രണ്ട് ഡോക്ടർമാരും വന്നു.

"മാഷും കുട്ടികളും കൂടി ചെയ്തത് വലിയൊരു കാര്യമാണ്. ഇപ്പോൾ ഒരു കൂട്ടർ നാട്ടിലെമ്പാടുമുണ്ട്. അവർക്ക് അവരുടെ കാര്യം മാത്രമേ ഉള്ളൂ. നാടും നാട്ടുകാരും ഒന്നും അവർക്ക് വിഷയമേ അല്ല. അപ്പോൾ പിന്നെ കാടും മരങ്ങളും പക്ഷികളും ഒന്നും അവരുടെ പരിഗണനയിൽപോലും വരില്ലെന്ന് വ്യക്തമല്ലേ? കാട് എന്നാൽ അവർക്കുവേണ്ട മരങ്ങൾ മുറിച്ചുമാറ്റാനുള്ള ഒരിടം എന്നതിനപ്പുറം ഒരു പ്രാധാന്യവുമില്ലാത്ത സ്ഥലമാണ്. പക്ഷികൾ അവർക്ക് വേട്ടയാടിപ്പിടിക്കാനുള്ളവ എന്ന നിലയിലാണ്. ഇതിന് മാറ്റം വരണമെങ്കിൽ ഇതിനൊക്കെ കർശന ശിക്ഷ കിട്ടണം. ഇപ്പോൾ കാട്ടിൽനിന്നുള്ള മരം മുറിക്കലും കാട്ടുപക്ഷികളെയും ദേശാടനപക്ഷികളെയും വേട്ടയാടുന്നതും വലിയ കുറ്റങ്ങളാണ്. ജയിലിൽ കിടന്നുകൊണ്ടേ കേസുപോലും നടത്താൻ കഴിയൂ. ഇതിൽ ഒരു പരിമിതി ഉണ്ട്. ഇത്തരക്കാർക്കെതിരേ കേസെടുക്കൽ ഉൾപ്പെടെയുള്ള നിയമനടപടികൾ സ്വീകരിക്കേണ്ടത് വനം വകുപ്പാണ്. ഞങ്ങൾക്ക് അതിനുള്ള ആൾബലം കുറവാണ്. പിന്നെ കുറേ നൂലാമാലകൾ ഉണ്ട്. ആ

പഴുത് ഇക്കൂട്ടർ ഫലപ്രദമായി മുതലെടുക്കുകയാണ്. ഈ കാര്യത്തിൽ മാഷിന്റെയും കുട്ടികളുടെയും സഹായം വേണം." - ഡോ. ശരത് പറഞ്ഞു.

"ഡോക്ടർ പറഞ്ഞോളൂ. എന്താണ് ഞങ്ങൾ ചെയ്യേണ്ടത്?"- മാഷ് ആരാഞ്ഞു.

"ദേശാടനപ്പക്ഷികളെയും കാട്ടിലെ പക്ഷിമൃഗാദികളെയും നമുക്ക് വളർത്താൻ അനുവാദമില്ല. മാത്രമല്ല. അത് കുറ്റകരവുമാണ്. ഏതെങ്കിലും സാഹചര്യത്തിൽ അങ്ങനെ വേണ്ടിവരുകയാണെങ്കിൽ അത് വനം വകുപ്പിന്റെ അനുമതിയോടെ ആയിരിക്കണം. ഇപ്പോൾ ഈ പക്ഷിയുടെ കാര്യത്തിൽ നിങ്ങൾ ഇതുവരെ കൈക്കൊണ്ടത് ശരിയായ നടപടികളാണ്. ഈ പക്ഷി ഇനി വനം വകുപ്പിന്റെ സംരക്ഷണയിലായിരിക്കും."- അദ്ദേഹം പറഞ്ഞു.

"വനം വകുപ്പ് ഇനി ഈ പക്ഷിയെ സൈബീരിയയിൽ കൊണ്ടുവിടുമോ?" - രാഹുൽ ചോദിച്ചു.

"നല്ല ചോദ്യം. മാഷ് കുട്ടികൾക്ക് പക്ഷികളെക്കുറിച്ചൊക്കെ നന്നായി പറഞ്ഞുകൊടുത്തിട്ടുണ്ടെന്ന് തോന്നുന്നല്ലോ. ഈ പക്ഷിയെ സൈബീരിയയിൽ കൊണ്ടുവിട്ടാലും ഇവയ്ക്ക് അവിടെ കഴിയാൻ പറ്റണമെന്നില്ല. അവിടെ കഴിയാൻ പറ്റാത്തതിനാലാണല്ലോ ഇവർ ദേശാടനത്തിനിറങ്ങുന്നത്. ഇപ്പോൾ ഈ പക്ഷികൾ ചിലപ്പോൾ നമ്മുടെ നാട്ടിൽതന്നെ ഉണ്ടാവും. ചിലപ്പോൾ നാട് വിട്ടു പോയിട്ടുണ്ടാവും. ഈ പക്ഷിക്ക് ഒരുമാസമെങ്കിലും കഴിയാതെ അവരോടൊപ്പം ചേരാൻ കഴിയില്ല. അത്ര വലിയ മുറിവല്ലേ ഏറ്റത്. അതുകൊണ്ട് മുറിവ് ഭേദമാവുന്നതുവരെ പക്ഷിയെ വനം വകുപ്പാണ് സൂക്ഷിക്കേണ്ടത്. സുഖമായാൽ വനത്തിലേക്ക് പറത്തിവിടുകയാണ് സാധാരണ ചെയ്യുക. പക്ഷേ, ഇത്തരം പക്ഷികളെ അങ്ങനെ പറത്തിവിട്ടാൽ മറ്റ് കാട്ടുപക്ഷികൾ ആക്രമിക്കാനിടയുണ്ട്. അതുകൊണ്ട് തല്ക്കാലം നമുക്ക് ഇതിനെ സൂക്ഷിക്കണം. അത് ചെയ്യേണ്ടത് വനം വകുപ്പാണ്. അതിന് ഇവിടെ സൗകര്യമില്ല. അത്തരം സന്ദർഭങ്ങളിൽ മൃഗശാലകൾക്ക് കൈമാറും. അതിനെക്കാൾ നല്ലത് നിങ്ങളാരെങ്കിലും അത് ചെയ്യാൻ തയ്യാറുണ്ടെങ്കിൽ അതിന് അനുമതി

നല്കാം."- ഡോ. ശരത് പറഞ്ഞത് കേട്ടതും ഞങ്ങളിരുവരും തലയാട്ടി.

"രോഗി ഇച്ഛിച്ചതും വൈദ്യൻ കല്പിച്ചതും പാൽ എന്നു പറയുമ്പോലായി കാര്യങ്ങൾ"- മാഷ് പറഞ്ഞതു കേട്ട് ഡോക്ടർമാർ ചിരിച്ചു. ഞങ്ങൾക്ക് അത് അത്രയ്ക്ക് മനസ്സിലായില്ല. തിരികെ പോവുമ്പോൾ മാഷിനോട് ചോദിച്ച് മനസ്സിലാക്കണം.

"മാഷേ, ഒരു കാര്യം കൂടി. ഇക്കാര്യത്തിൽ വനം വകുപ്പ് കേസെടുക്കുന്നുണ്ട്. ഞാൻ അതിനുള്ള റിപ്പോർട്ട് ഇന്നുതന്നെ നല്കും. അതിന് സംഭവിച്ചതിനെപ്പറ്റി ഒന്നുകൂടി വിശദീകരിക്കേണ്ടി വരും. മൊഴി രേഖപ്പെടുത്തണം. പിന്നെ, പക്ഷിയെ വേട്ടയാടിയവരെ ഇനി കണ്ടാൽ തിരിച്ചറിയുമോ?" - ഡോ. ശരത് ചോദിച്ചു.

തിരിച്ചറിയുമെന്ന് രാഹുൽ തലയാട്ടി.

"ഗുഡ്. അവർ വന്ന വാഹനത്തിന്റെ നമ്പർ ശ്രദ്ധിച്ചോ?"

"ഇല്ല. കറുത്ത നിറത്തിലുള്ള ഇന്നോവയായിരുന്നു. പിന്നിൽ ഇന്നോവ എന്ന് എഴുതിയ ഭാഗത്ത് ഒരു പക്ഷിയുടെ പടമുണ്ടായിരുന്നു." - രാഹുൽ പറഞ്ഞു.

"ഇതിലുള്ള പക്ഷികളാണോ?"- ഡോ. സുരേഷ് ഒരു പുസ്തകം എടുത്തുകാട്ടി ചോദിച്ചു.

കേരളത്തിലെ വളർത്തുപക്ഷികൾ എന്ന പുസ്തകമായിരുന്നു അത്. അതിലുണ്ടായിരുന്നത് കോഴിയുടെയൊക്കെ പടമായിരുന്നു. അക്കൂട്ടത്തിലില്ലെന്ന് രാഹുൽ പറഞ്ഞു.

"അവരിലാരെയെങ്കിലും കണ്ടാൽ ഉടൻ എന്നെ വിവരമറിയിക്കണം. ആ വാഹനം കണ്ടാൽ അതിന്റെ നമ്പർ കുറിച്ചെടുക്കണം." - ഡോ. ശരത് നിർദ്ദേശിച്ചത് ഞങ്ങൾ സമ്മതിച്ചു. അദ്ദേഹത്തിന്റെയും ഡോ. സുരേഷിന്റെയും മൊബൈൽ ഫോൺ നമ്പർ കുറിച്ചെടുത്ത് അപ്പോൾ തന്നെ മാഷിന് കൈമാറി. അതിനിടയിൽ ആ നമ്പരുകൾ എനിക്ക് മനപാഠമായിക്കഴിഞ്ഞിരുന്നു.

എട്ട്

മാഷിന്റെ വീട്ടിലേക്കുള്ള യാത്രയ്ക്കിടയിൽ ഞാൻ 'രോഗി ഇച്ഛിച്ചതും വൈദ്യൻ കല്പിച്ചതും' എന്നതിനെപ്പറ്റി ചോദിച്ചു.

"വൈദ്യൻ എന്ന് കേട്ടിട്ടുണ്ടോ?"- മാഷ് ആരാഞ്ഞു.

"മഹാരാജാവിന്റെ കഥകളിലുണ്ടല്ലോ, കൊട്ടാരം വൈദ്യൻ, കൊട്ടാരത്തിലുള്ളവരുടെ രോഗം ഭേദമാക്കുന്ന ആൾ." - ഞാൻ പറഞ്ഞു.

"അതെ. കൊട്ടാരത്തിലുള്ളവരെ ചികിത്സിക്കുന്ന ആൾ കൊട്ടാരം വൈദ്യൻ. നാട്ടിലുള്ളവരെ ചികിത്സിക്കുന്ന ആളിനെ നാട്ടുവൈദ്യൻ എന്നു പറയും. മൊത്തത്തിൽ ചികിത്സിക്കുന്ന ആൾക്കാരാണ് വൈദ്യന്മാർ. എന്നുവച്ചാൽ ഇപ്പോഴത്തെ ഡോക്ടർമാർ. കുറേക്കൂടി വ്യക്തമാക്കിയാൽ ആയുർവ്വേദ ഡോക്ടർമാരുടെ മുൻ തലമുറക്കാരാണ് വൈദ്യന്മാർ. മുമ്പ് ഒരു രോഗി വൈദ്യനെ കാണാനെത്തി. വയറുവേദനയാണ് അസുഖം എന്നു കൂട്ടിക്കോളൂ. അയാൾക്ക് ഏറ്റവും താല്പര്യമുള്ളത് പാലിനോടാണ്. മറ്റൊന്നും വേണ്ടത്ര കഴിക്കാറില്ല. കുട്ടികൾക്ക് കുടിക്കാനുള്ളതാണ് പാൽ എന്നു കരുതി അയാൾ പാലും കുടിക്കില്ല. ശരീരത്തിന് ആവശ്യമുള്ള പോഷണം കിട്ടാത്തതിനാലാണ് വയറുവേദനയെന്ന് വൈദ്യർ കണ്ടെത്തി. ദിവസവും രാവിലെയും വൈകിട്ടും ഓരോ ഗ്ലാസ് പാൽ കുടിച്ചാൽ അസുഖം മാറുമെന്ന്

വൈദ്യൻ വിധിച്ചു. രോഗി ആഗ്രഹിച്ചതാണ് മരുന്നായി വൈദ്യൻ നിർദ്ദേശിച്ചത്. അങ്ങനെയാണ് രോഗി ഇച്ഛിച്ചതും വൈദ്യൻ കല്പിച്ചതും എന്ന പഴമൊഴി ഉണ്ടാവുന്നത്"- മാഷിന്റെ വിശദീകരണത്തിനൊപ്പം ഞങ്ങൾ വീട്ടിലെത്തി.

അവിടെനിന്ന് ചായ കുടിച്ചു കഴിഞ്ഞ് ഞങ്ങൾ വീട്ടിലേക്ക് പോകാനിറങ്ങി. പകുതി എത്തിയപ്പോഴാണ് കാവുവഴി പോയാലോ എന്ന് രാഹുൽ ചോദിച്ചത്. പതിവ് വഴിയേക്കാൾ ദൂരം കൂടുതലാണെങ്കിലും അതുവഴി പോകാൻ എനിക്കും ഇഷ്ടമായിരുന്നു. ഒട്ടേറെ കിളികൾ കാവിലെ മരങ്ങളിലുണ്ടാവും. എത്ര ചൂടിലും നല്ല തണുപ്പുള്ള റോഡാണ്. നിറയെ മരങ്ങളുണ്ട്. അവിടെ ഒരു അമ്പലമുണ്ട്. സർപ്പത്തെയാണ് പ്രതിഷ്ഠിച്ചിട്ടുള്ളത്. നാഗരുകാവ് എന്നാണ് അതറിയപ്പെടുന്നത്. വെള്ളിയാഴ്ചകളിൽ മാത്രമേ പൂജയുള്ളൂ.

ഞങ്ങൾ ഇടയ്ക്കിടെ കാവുവഴി വരുമായിരുന്നു. കാവിൽവന്ന് ഞങ്ങൾ ഒളിച്ചുകളിക്കുകയും ചെയ്യും. വൻമരങ്ങളുള്ള കാവിൽ മൂന്ന് ചെറിയ ഗുഹകളുമുണ്ട്. കാട്ടിനകത്ത് വലിയ പാറയിൽ വലിയ ഗുഹകളുണ്ടെന്ന് കേട്ടിട്ടുണ്ടെങ്കിലും ഞങ്ങൾ അങ്ങോട്ട് പോയിട്ടില്ല. ഇഴജന്തുക്കൾ ഉള്ളതിനാൽ അങ്ങോട്ട് പോകരുതെന്ന വീട്ടുകാരുടെ നിർദ്ദേശം പാലിക്കുകയായിരുന്നു.

ഒളിച്ചുകളിക്കുമ്പോൾ രാഹുൽ പതിവായി ഒളിക്കുന്നത് മരപ്പൊത്തിലാണ്. ഇലഞ്ഞിമരത്തിന്റെ തൊട്ടടുത്തുള്ള വൻമരത്തിൽ ഒരാളിരുന്നാൽ പുറത്തുള്ളവർക്ക് അറിയാനാവാത്തവിധം വലിയ പോട് ഉള്ളിലുണ്ടെന്ന് കണ്ടത് റോബിനായിരുന്നു. പിന്നീട് ഞങ്ങൾ നടത്തിയ അന്വേഷണത്തിൽ രണ്ടിടത്തായി നില്ക്കുന്ന ആൽമരങ്ങളിലും പോടുകൾ കണ്ടു. മരത്തിന്റെ താങ്ങുവേരുകളാൽ മൂടിക്കിടക്കുന്നതിനാൽ ഇതിൽ വലിയ പൊത്തുണ്ടെന്നത് പുറത്തുനിന്നുള്ളവർക്ക് കാണാൻ കഴിയുമായിരുന്നില്ല. റോബിൻ ആദ്യത്തെ പോടിലും രാഹുൽ ആദ്യ ആൽമരപ്പൊത്തിലും ഒളിക്കുന്നത് പതിവായതിനാൽ ഞാൻ കണ്ണടച്ച് എണ്ണുമ്പോൾ ഇവരെ കണ്ടുപിടിക്കാൻ ഒട്ടും പ്രയാസപ്പെടേണ്ടി വന്നിട്ടില്ല.

ഞങ്ങൾ കാവിനടുത്തെത്തിയപ്പോഴാണ് ഒരു കറുത്ത ഇന്നോവ വന്നു നിന്നത്. ഞാൻ അതിന്റെ പിന്നിലാണ് നോക്കിയത്. അതെ, പക്ഷിയുടെ പടമുണ്ട്. അപ്പോൾ തന്നെ അതിന്റെ നമ്പർ മനസ്സിൽ കുറിച്ചിട്ടു.

"ഈ പയ്യനല്ലേ അന്ന് നമ്മുടെ വെടിപ്പക്ഷിയുമായി ഓടിയത്" - എന്ന് കാറിൽനിന്നിറങ്ങിയ ആളിന്റെ ശബ്ദം കേട്ടതും രാഹുൽ കാവിനകത്തേക്ക് ഒറ്റ ഓട്ടം. ഞാനും ഓടാൻ തുടങ്ങുന്നതിനിടയിൽ മറ്റേ ഡോർ തുറന്നിറങ്ങിയവർ എന്റെ പിന്നാലെ എത്തിയിരുന്നു. ഇലഞ്ഞിമരത്തിനടുത്തെത്തിയതും അവരിൽ ഒരാൾ എന്നെ പിടികൂടി.

"മുടിഞ്ഞവന്മാർക്കെന്നാ വേഗതയാ" - കിതച്ചുകണ്ട് അയാൾ പറഞ്ഞു. അപ്പോഴാണ് ഞാൻ അത് ശ്രദ്ധിച്ചത് - അയാളുടെ കൈയിൽ ഒരു കിളിയുടെ രൂപം പച്ച കുത്തിയിരിക്കുന്നു. അതെ, ഇന്നോവയുടെ പിന്നിൽ കണ്ട അതേ കിളിതന്നെ. കഴിഞ്ഞ വേനവലവധിക്ക് അച്ഛനും അമ്മയും അനിയത്തിയും ഞാനും കൂടി മധുര മീനാക്ഷി ക്ഷേത്രത്തിൽ പോയപ്പോഴാണ് അച്ഛൻ അവിടെ ഒരാൾ കൈയിൽ പച്ച കുത്തിക്കൊടുക്കുന്നത് കാട്ടിത്തന്നത്. വലിയ വേദനയായിരിക്കുമെന്നാണ് അച്ഛൻ പറഞ്ഞത്. ഇത്ര വേദന സഹിച്ച് ഇത് ചെയ്യുന്നതെന്തിനാണെന്ന് അന്ന് തോന്നിയതാണെങ്കിലും മറ്റെന്തോ കാഴ്ചയുടെ മുന്നിലെത്തിയതിനാൽ അത് അച്ഛനോട് ചോദിക്കാൻ മറന്നുപോയി.

മറ്റുമൂന്നുപേരും കാവിനുള്ളിൽ കുറേ ദൂരം ഓടി രാഹുലിനെ തിരിഞ്ഞശേഷം നിരാശയോടെ തിരികെ വന്നു.

"നമുക്ക് അവനെ കിട്ടിയിട്ടില്ല അല്ലേ? അവൻ വരും. ഇല്ലെങ്കിൽ അവനെ വരുത്തും. സ്വാമിയല്ലേ ആൾ..." വേറൊരാൾ സിനിമകളിലെ വില്ലന്മാർ ചിരിക്കുന്നതുപോലെ ചിരിച്ചുകൊണ്ടുപറഞ്ഞു. സ്വാമി ആരാണാവോ? ഇവരുടെ നേതാവായിരിക്കും. ഇവർ നാലുപേരും നല്ല നീളവും വണ്ണവുമുള്ളവർ, കൈകളിൽ നൂലും ചരടുകളും കെട്ടിയിട്ടുണ്ട്. കഴുത്തിലും വിവിധ നിറങ്ങളിലുള്ള ചരടുകൾ മാലപോലെ അണിഞ്ഞിരിക്കുന്നു. കൈയിലും കഴുത്തിലുമുള്ള ചരടുകളിൽ വിവിധ നിറങ്ങളിലുള്ള കുഴലുകൾ കൊരുത്തിട്ടുണ്ട്. അപ്പോഴാണ് വേറൊന്നു കൂടി കണ്ണിൽപ്പെ

ട്ടത് - മറ്റുള്ളവരുടെ കൈയിലും പക്ഷിയുടെ രൂപം പച്ചകുത്തിയിട്ടുണ്ട്.

“അമാവാസിക്ക് ഇനി രണ്ടുദിവസംകൂടിയുണ്ട്. അതിനകം നമുക്ക് വേണ്ടതൊക്കെ കൈയിൽകൊണ്ടു തരുംപോലെ വന്നു വീഴുകാന്നു പറഞ്ഞാൽ.... ആ കൊച്ചിനെ കണ്ടപ്പോഴേ സ്വാമിയുടെ മുഖം തെളിഞ്ഞതു കണ്ടില്ലേ? ഇവനെക്കൂടി കിട്ടിയാൽ പിന്നെ വേറൊന്നും വേണ്ടല്ലോ. ഹോ! മൂന്നുദിവസം കഴിയുമ്പോൾ...”- സന്തോഷം കൊണ്ടെന്നപോലെ അയാൾ ചാടാൻ തുടങ്ങി.

“ഇവൻ പറ്റിയ സാധനം തന്നെ. മറ്റേ കൊച്ചിനെ കണ്ടതും സ്വാമി പറഞ്ഞില്ലേ, ഇതിനെപ്പോലെ ഐശ്വര്യമുള്ള കുട്ടിയാവണമെന്ന്...” മറ്റൊരാൾ എന്റെ കവിളുകളിൽ പിച്ചി അയാളുടെ ആഹ്ലാദം പ്രകടിപ്പിച്ചശേഷം എന്നോട് പറഞ്ഞു: “പോട്ടെടാ മുത്തേ”

അപ്പോഴാണ് എന്നെ പൂണ്ടടക്കം പിടിച്ച് എടുത്തിരുന്ന ആളിന്റെ തലയിലേക്ക് ഒരുകല്ല് പാഞ്ഞുവന്നത്. ഒഴിഞ്ഞുമാറാൻ അവസരം കിട്ടുംമുമ്പ് അത് അയാളുടെ തലയിൽ ആഞ്ഞുപതിച്ചു. ‘അയ്യോ’ എന്നുവിളിച്ച് അയാൾ കൈകളയച്ച ഒറ്റ നിമിഷം. എനിക്കതുമതിയായിരുന്നു. ഞാൻ അയാളിൽനിന്ന് ആഞ്ഞു ചാടി മുന്നോട്ടു കുതിച്ചു.

ഒൻപത്

ആൽമരപ്പൊത്തിലൊളിക്കുമ്പോൾ അടുത്ത മരത്തിലെ പൊത്തിൽ രാഹുൽ ഉണ്ടെന്ന് എനിക്കുറപ്പായിരുന്നു. തടിയന്റെ തലയിൽ പതിച്ച കല്ലെറിഞ്ഞത് രാഹുലാവണം. ഉന്നത്തിന്റെ കാര്യത്തിൽ അവനെ വെല്ലാൻ ആരുമില്ലെന്ന് പലപ്പോഴും തോന്നിയിട്ടുണ്ട്. സ്കൂളിലേക്കുള്ള വഴിയിലെ കൂറ്റൻ നാട്ടുമാവിന്റെ ഏറ്റവും ഉയർന്ന കൊമ്പിലെ മാങ്ങവരെ എറിഞ്ഞു വീഴ്ത്താൻ അവന് സാധിച്ചിരുന്നു.

കൈയിൽ കിട്ടിയ ഇര രക്ഷപ്പെട്ടതിന്റെ ക്രോധത്തിൽ നാലു പേരും ഓടിനടക്കുന്നത് എനിക്ക് പൊത്തിലിരുന്നാൽ കാണാമായിരുന്നു. എന്നെ പിടിച്ചിരുന്ന ആൾ തോർത്തുകൊണ്ട് തല ചുറ്റിക്കെട്ടിയിട്ടുണ്ട്. വെളുത്ത തോർത്തിലേക്ക് ചുവപ്പ് കൂടുതൽ പടരുകയാണ്. അത് കല്ലേറുമൂലമുണ്ടായ മുറിവിൽനിന്നുള്ള ചോരയാവണം.

"അവൻമാർ ഇവിടെ എവിടെയെങ്കിലും ഒളിച്ചിരിക്കുകയാവുമോ?" - ഒരാൾ ചോദിക്കുന്നത് കണ്ടു.

"അതിനുള്ള ധൈര്യമൊന്നും ആ നരുന്ത് പിള്ളാർക്ക് ഉണ്ടാവില്ല." - മറ്റൊരാളിന്റെ മറുപടി. അതിനെ ആദ്യം ചോദ്യം ചോദിച്ച ആളും തലയാട്ടി അനുകൂലിക്കുന്നത് കണ്ടപ്പോഴാണ് ആശ്വാ

സമായത്.

"അവന്മാർ എങ്ങോട്ടാ പോയതെന്നറിയാൻ വയ്യല്ലോ. ഇവിടെയാണെങ്കിൽ പ്രത്യേകിച്ച് വഴിയൊന്നും കാണാനുമില്ല." - മൂന്നാമൻ പറഞ്ഞു.

"ഇനി വല്ല കുറുക്കുവഴികളിലൂടെയും അവന്മാർ രക്ഷപ്പെട്ടിരിക്കുമോ?"- നാലാമന്റെ ചോദ്യം.

"എനിക്കും തോന്നുന്നത് ഇവിടെനിന്ന് പുറത്തുകടക്കാൻ ഏതെങ്കിലും എളുപ്പവഴി കാണുമെന്നാണ്. അത് അവന്മാർക്കറിയാമായിരിക്കും." - എന്നെ പിടിച്ചിരുന്ന ആൾ ഊഹിച്ചു.

"ഇവന്മാരെയൊക്കെ കണ്ടിട്ട് വലിയ വീട്ടിലെ കുട്ടികളാണ് എന്നാണ് തോന്നുന്നത്. അവരൊക്കെ മണ്ണിലിറങ്ങി നടക്കുന്നത് അത്ഭുതകരം തന്നെ. നഗരത്തിലെ ചില കുട്ടികൾക്ക് സ്കൂൾ വിട്ടാൽ നേരിട്ട് നടന്ന് വീട്ടിലെത്താൻ അഞ്ചുമിനിട്ടേ വേണ്ടിവരൂ. എന്നാലും കുട്ടികളെ സ്കൂൾ വിട്ടുകഴിഞ്ഞ് സ്കൂൾ ബസ്സിലേ വരാൻ അനുവദിക്കൂ. ട്രാഫിക് ബ്ലോക്കിൽപെട്ട് അവർ വീട്ടിലെത്താൻ അരമണിക്കൂറിലേറെ എടുക്കുന്നത് അഭിമാനകരമായി മാതാപിതാക്കൾ കരുതുന്ന ഇക്കാലത്ത് കുട്ടികളെ ഇങ്ങനെ നടക്കാനും ഓടാനും അനുവദിക്കുകാന്നുപറഞ്ഞാൽ മോശമല്ലേ?" - കൂട്ടത്തിലെ മീശക്കൊമ്പൻ ചോദിച്ചു.

"അങ്ങനെ ഒരു വ്യായാമവുമില്ലാത്ത കുട്ടികൾ ഇയാളെപ്പോലുള്ളവർ എടുക്കുമ്പോൾ ചുമ്മാതെ തോളിലിരുന്ന് മോങ്ങിക്കൊണ്ടിരിക്കും. അല്ലാതെ മിടുക്കന്മാരാണെങ്കിൽ അവർ ഓടിരക്ഷപ്പെടുമെന്നുമാത്രമല്ല, തല എറിഞ്ഞ് പൊട്ടിക്കുകയും ചെയ്യും. അതത്രയും വാങ്ങിപ്പിടിച്ചിട്ട് ഇപ്പോൾ മോശമെന്ന് പറയേണ്ട കാര്യമെന്താ? മക്കളെ സ്വന്തം കാലിൽ നിർത്താൻ പ്രാപ്തരാക്കുക എന്നതാണ് മാതാപിതാക്കൾ ലക്ഷ്യമിടേണ്ടതെന്ന് വലിയ മഹാന്മാരാരോ പ്രസംഗിച്ചത് കേട്ടുനിന്നത് ഓർമ്മയുണ്ട്. അതിനുപകരം ബ്രോയിലർ ചിക്കനെപ്പോലെ സ്വന്തമായി ചിന്തിക്കാൻ അനുവദിക്കാതെ സമയാസമയങ്ങളിൽ തീറ്റി കൊടുത്ത് വളർത്തുന്നതുപോലെയല്ല കുട്ടികളെ പരിപാലിക്കേണ്ടത്." - മൂന്നാമൻ മീശക്കൊമ്പനെ എതിർത്തു.

"എങ്കിൽ ഇയാൾ ആ മിടുക്കന്മാരെ ചെന്ന് പിടിച്ചോണ്ടുവാ.." - ഒന്നാമൻ ആവശ്യപ്പെട്ടു.

"എനിക്കറിയാം, നിങ്ങൾ അതും അതിനപ്പുറവും പറയുമെന്ന്. ആദ്യം നക്ഷത്ര ആമകളെ കിട്ടണമെന്നായി. വല്ലവിധേനയും അത് സംഘടിപ്പിച്ച് നല്കിയപ്പോൾ ഇരുതലമൂരിയെ കിട്ടിയേ പറ്റൂ എന്നായി അടുത്ത ആവശ്യം. പാമ്പുപിടിത്തക്കാരൻ വാവയേയും കൂട്ടി കാടായ കാടൊക്കെ അലഞ്ഞുതിരിഞ്ഞപ്പോൾ കുറച്ചെണ്ണത്തിനെ കിട്ടി. അപ്പോഴേക്കും വേഴാമ്പലിനെ കിട്ടിയില്ലെങ്കിൽ കാര്യം നടക്കില്ലെന്നായി. അരിപ്പ വനമേഖലയിൽനിന്ന് വേഴാമ്പലിനെ പിടികൂടി. അപ്പോഴാണ് കുട്ടികളെ പിടിക്കണമെന്ന ആവശ്യം. ഇതിനി പറ്റില്ല. ആദ്യം പറഞ്ഞതൊക്കെ തന്നിട്ടുണ്ട്. ഇനി നിങ്ങളുടെ ഭീഷണിക്ക് വഴങ്ങാനൊന്നും പറ്റില്ല. ഒന്നുകിൽ നിങ്ങൾ വാഗ്ദാനം ചെയ്തതുപോലെ സ്വർണ്ണം തരിക. അല്ലെങ്കിൽ ഇതുവരെ ചെലവായ തുക നല്കുക."- കൂട്ടത്തിലെ ഒരാൾ പറഞ്ഞു.

"നിങ്ങൾ ഇതെന്താ പറയുന്നത്, നിങ്ങൾക്ക് പറഞ്ഞ സാധനം തരും. ഇത് ആരുടേയും വീട്ടിൽനിന്നോ പറമ്പിൽനിന്നോ എടുത്തുതരുന്നതല്ല. ചില പൂജകളിലൂടെ പ്രത്യക്ഷപ്പെടുത്തുന്ന ദിവ്യശക്തികൾ തരുന്നതാണ്. അവർ പ്രീതിപ്പെടാനും പ്രത്യക്ഷപ്പെടാനും ചില നിമിത്തങ്ങളും ലക്ഷണങ്ങളും ഉണ്ട്. അതിന് ക്ഷമയോടെയുള്ള ഉപാസനകളും പൂജകളും കൂടിയേ തീരൂ. അതിനെ സംശയത്തോടെ സമീപിക്കാൻ പാടില്ല. പൂർണ്ണ മനസ്സ് അർപ്പിച്ചുള്ള കർമ്മങ്ങളാണ് വേണ്ടത്."- കൂട്ടത്തിലെ കൊമ്പൻ മീശക്കാരൻ വ്യക്തമാക്കി.

"കൈയിലുണ്ടായിരുന്നതും കടം വാങ്ങിയതും ഒക്കെ ഇതിനായി മുടക്കി. എന്നിട്ടും കാര്യങ്ങൾ നടക്കുന്നില്ല. എല്ലാം കിട്ടി എന്ന ഒറ്റ നിമിഷത്തിലല്ലേ ഇയാൾ ആ കുട്ടിയെ വിട്ടുകളഞ്ഞത്. പൂജയ്ക്ക് പറ്റിയ കുട്ടിയായിരുന്നില്ലേ. ഇനി അതുപോലൊരു കുട്ടിയെ തേടി എവിടെ പോവും."- ക്ഷോഭിച്ച ആൾ വിശദീകരിച്ചു.

"നിങ്ങൾ എന്ത് കണ്ണിച്ചോരയില്ലാത്ത മനുഷ്യനാടോ? വലിയൊരുകല്ല് ഊക്കിന് തലയിൽ വന്നുകൊണ്ടാൽ ആർക്കായാലും

കണ്ണിലിരുട്ടുകേറും. ദാ, തലപൊട്ടിയിട്ടും തോർത്തും ചുറ്റിക്കെട്ടി നിങ്ങളോടൊപ്പം ആ കുട്ടിയെ തിരയാൻ നില്ക്കുന്ന എനിക്കിതുതന്നെ വേണം! അത്ര വലിയ കേമന്മാരാണെങ്കിൽ നിങ്ങൾ മൂന്നുപേരില്ലായിരുന്നോ? എന്റെ കൈയിൽനിന്ന് കുട്ടി ചാടിയപ്പോൾതന്നെ മൂന്നുപേരുംകൂടി അതിനെ പിടിക്കാൻ പറ്റില്ലായിരുന്നോ?" - എന്നെ പിടിച്ചിരുന്ന ആൾ ചോദിച്ചു.

"നിങ്ങളിങ്ങനെ തമ്മിൽ തല്ലേണ്ട നേരമാണോ ഇത്? നമുക്കൊരു പാളിച്ച പറ്റി. നമ്മുടെ കൈയിൽ കിട്ടിയ ഒരു നിധി നഷ്ടപ്പെട്ടു. നമ്മുടെആരുടെയും കുറ്റം കൊണ്ടല്ല അത്. അല്ലെങ്കിൽ എല്ലാവരുടേയും കുറ്റം കൊണ്ടാണ്. ആ കല്ല് എങ്ങനെ, എവിടെനിന്ന് വന്നു എന്ന് നിങ്ങളാരെങ്കിലും ആലോചിക്കുകയോ കണ്ടെത്തുകയോ ചെയ്തോ? ഒരുപക്ഷേ, ആദ്യം നമ്മളിൽനിന്ന് ഓടിരക്ഷപ്പെട്ട കുട്ടിയാവാം അതിനുപിന്നിൽ. അതിന് സാദ്ധ്യത തീരെക്കുറവാണ്. കാരണം ആ പ്രായത്തിലുള്ള ഒരു കുട്ടി ഇങ്ങനെ ചെയ്താൽ അതിനുശേഷം നമ്മുടെ കണ്ണിൽപ്പെടാതെ രക്ഷപ്പെടുക അത്ര എളുപ്പമല്ല. അതിനർത്ഥം ആ കുട്ടികൾക്ക് മുതിർന്ന ഒന്നോ അതിലധികമോ ആളുകളുടെ സഹായം കിട്ടി എന്നാണ്. ആ സ്ഥിതിക്ക് നാം ഇവിടെ അധികം ചുറ്റിത്തിരിയുന്നത് ബുദ്ധിയല്ല. വേറൊന്നുള്ളത് ഒരു കുട്ടിയെ എത്രയും പെട്ടെന്ന് നമുക്ക് കണ്ടെത്തിയേ പറ്റൂ. ഇപ്പോൾതന്നെ ഇക്കാര്യം ആളുകൾ അറിയും. പൊലീസ് വരും. അതിനുമുമ്പ് ഒരു കുട്ടിയെ കണ്ടെത്തിയില്ലെങ്കിൽ നമ്മൾ ഇതുവരെ ചെയ്തതൊക്കെ വെറുതെയാവും." - ഒന്നാമൻ പറഞ്ഞത് എല്ലാവരും ശരിവെച്ചു.

പിന്നീട് കേട്ടത് ആ വാഹനം വേഗത്തിൽ തിരിയുന്നതിന്റെ ശബ്ദമാണ്. അല്പസമയത്തിനുള്ളിൽ ആ വാഹനത്തിന്റെ ശബ്ദം അകന്നകന്ന് നേർത്തില്ലാതായി.

പത്ത്

പിന്നെയും കുറേനേരം കഴിഞ്ഞാണ് ഞാൻ മരപ്പൊത്തിൽനിന്ന് താഴെ ഇറങ്ങിയത്. അപ്പോൾ ചെറുതായി വിറയ്ക്കുന്നത് എനിക്കു തന്നെ അറിയാൻ കഴിഞ്ഞു. പേടി അത്രയ്ക്ക് എന്നെ കീഴ്പ്പെടുത്തിയിരുന്നു. കഴിഞ്ഞ ഒരു മണിക്കൂറിനുള്ളിൽ നടന്ന കാര്യങ്ങൾ..!

അടുത്ത മരത്തിന്റെ ചുവട്ടിൽ ചെന്ന് രണ്ടുതവണ കൈകൊട്ടി. ഇത്തവണ ചെറുതായാണ് കൊട്ടിയത്. ഒളിച്ചുകളിക്കുമ്പോൾ മുകളിലിരിക്കുന്ന ആളെ കണ്ടു എന്ന് ഞങ്ങൾ അറിയിക്കുന്ന രീതിയിലായിരുന്നു അത്. കൈക്കൊട്ടലിന്റെ ശബ്ദം കേട്ട് രാഹുൽ മരപ്പൊത്തിൽ നിന്ന് എത്തിനോക്കി. ഞാനാണെന്നും കണ്ടതും വള്ളികളിൽ തൂങ്ങി താഴെ വന്നു.

ഒരു നിമിഷം നോക്കിനിന്ന ഞങ്ങൾ പരസ്പരം കെട്ടിപ്പിടിച്ചു. കുറച്ചുനേരം അങ്ങനെ നിന്നപ്പോഴാണ് ആൾ സഞ്ചാരമില്ലാത്ത അവിടെ അങ്ങനെ നില്ക്കുന്നതിലെ അപകടം ബോദ്ധ്യമായത്.

"നമുക്ക് എത്രയും പെട്ടെന്ന് മാഷിന്റെ വീട്ടിലേക്ക് പോവാം." - ഞാൻ പറഞ്ഞതുകേട്ട് അവൻ തലയാട്ടി.

ഞങ്ങൾ ഓടുകയായിരുന്നു. മാഷിന്റെ വീട്ടിൽ ചെന്ന് ബെല്ലടിച്ചു കതകുതുറന്ന മാഷ് അകത്തേക്കു പോയി രണ്ടു ഗ്ലൗസു

കളിൽ വെള്ളം കൊണ്ടുവന്നു. അത് കുടിച്ചു കഴിഞ്ഞ് മാഷിനോട് നടന്നത് വിശദീകരിച്ചു. മാഷ് അത് ശ്രദ്ധയോടെ കേട്ടിരുന്നു. ഇടയ്ക്ക് സംശയം തോന്നിയത് എടുത്തുചോദിച്ച് വ്യക്തത വരുത്തി.

"ഇത് ഏതോ ദുർമന്ത്രവാദസംഘമാവാനാണ് സാദ്ധ്യത. ആദ്യം ഞാൻ കരുതിയത് ഇറച്ചിക്കുവേണ്ടിയുള്ള പക്ഷിവേട്ടക്കാരായിരിക്കുമെന്നാണ്. അതല്ലെന്ന് വ്യക്തമായിരിക്കുന്നു. ഏതായാലും കാറിന്റെ നമ്പർ കിട്ടിയല്ലോ. നമുക്ക് വനം വകുപ്പിലെ ഡോ. ശരത്തിനെ വിളിച്ച് വിവരങ്ങൾ പറയാം."

മാഷ് ഡോ. ശരത്തിനെ ടെലിഫോണിൽ വിളിച്ച് കാര്യങ്ങൾ സംസാരിച്ചു. പെട്ടെന്ന് മാഷ് ഫോൺ ഹോൾഡ് ചെയ്തശേഷം അകത്തുപോയി ഒരു പുസ്തകം എടുത്തുകൊണ്ടുവന്ന് പേജുകൾ മറിച്ച് അതിലെ ഒരു പക്ഷിയുടെ പടം കാട്ടിയിട്ട് "ഈ പക്ഷിയെയാണോ കാറിൽ വരച്ചുവച്ചിരുന്നത്' എന്നു ചോദിച്ചു. അതെ, ആ പക്ഷിയെ തന്നെയാണ്. അവരുടെ കൈകളിൽ പച്ച കുത്തിയിരുന്നതും ഇതേ പക്ഷിയെയാണെന്ന് ഞാൻ മാഷിനോട് പറഞ്ഞു. ഫോണിൽ കുറേക്കൂടി സംസാരിച്ചശേഷം മാഷ് ഉടൻ റോബിന്റെ പപ്പയെ വിളിച്ചു.

"ഹലോ, അപ്പുക്കുട്ടൻ മാഷാണ്. ആസ്റ്റിൻ അല്ലേ? ഇപ്പോൾ എവിടെയുണ്ട്? വീട്ടിലോ.. അടിയന്തരമായി ഒന്നു കാണണം." - മാഷ് ഫോൺ വച്ചു.

"ഇനി നമ്മൾ മാത്രം വിചാരിച്ചാൽ മുന്നോട്ടുപോയെന്നു വരില്ല. റോബിന്റെ പപ്പ ഇവിടത്തെ പൊലീസ് സർക്കിൾ ഇൻസ്പെക്ടറാണെന്നറിയാല്ലോ. ഇപ്പോൾ വീട്ടിലുണ്ട്. ആസ്റ്റിൻ ഉടൻ ഇങ്ങോട്ടുവരും." - മാഷ് പറഞ്ഞു. അധികം കഴിയുംമുമ്പ് ജീപ്പിൽ ആസ്റ്റിൻ അങ്കിൾ വന്നു.

"ആഹാ, നിങ്ങൾ ഇവിടെ ഉണ്ടായിരുന്നോ? റോബിനെക്കൂടി വിളിക്കാത്തതെന്താ? വീട്ടിലിരിക്കാൻ ഭയങ്കര ബോറെന്നാ അവൻ പറയുന്നത്. പ്രകൃതി നിരീക്ഷണം നടത്തുന്നതിനായി അടുത്തു തന്നെയുള്ള അപ്പൂപ്പന്റെ വീട്ടിലേക്ക് പോയിട്ടുണ്ട്. അവിടെയാകുമ്പോൾ അച്ഛൻ ഇവനോടൊപ്പം എല്ലാത്തിനും കൂടും." - അദ്ദേഹം പറഞ്ഞു.

“വളരെ അത്യാവശ്യമായി വിളിച്ചത് ഇവർകൂടി ഉൾപ്പെട്ട വിഷയമായതിനാലാണ്.” - മാഷ് കാര്യങ്ങൾ വിശദീകരിച്ചു.

“ഡോ. ശരത്തിന് ഇന്നോവയുടെ നമ്പർ കൊടുത്തു. അദ്ദേഹം പറഞ്ഞത് അത് വ്യാജനമ്പരായിരിക്കുമെന്നാണ്. ബ്ലാക്ക് ഹോൺബിൽ എന്ന പേരിലുള്ള അന്താരാഷ്ട്രബന്ധങ്ങളുള്ള ഗൂഢസംഘടനയുടെ ഭാഗമാണിവരെന്ന് കരുതേണ്ടിയിരിക്കുന്നു വെന്നാണ് ഡോ. ശരത് പറഞ്ഞത്. ദുർമന്ത്രവാദങ്ങൾ നടത്തുന്നവരുടെയും ആഭിചാരക്രിയകൾ നടത്തുന്നവരുടെയും ഒരു വലിയ പ്രസ്ഥാനമാണിത്. അവർക്ക് അതീന്ദ്രിയശക്തികളെ മാത്രമേ വിശ്വാസമുള്ളൂ. അതുകൊണ്ടുതന്നെ ഒരു രാജ്യത്തെയും നിയമങ്ങൾ അനുസരിക്കേണ്ടെന്നും തങ്ങൾ അതീന്ദ്രിയശക്തികളുടെ പ്രതിനിധികളാണെന്നുമാണ് ഇവർ പ്രചരിപ്പിക്കുന്നത്.” - മാഷ് ഡോ. ശരത് പറഞ്ഞ വിവരങ്ങൾ കൈമാറി.

“അപ്പോൾ ഇതത്ര നിസ്സാര കേസല്ലല്ലോ. ബ്ലാക്ക് ഹോൺബിൽ എന്നു പറഞ്ഞാൽ കറുത്ത വേഴാമ്പൽ എന്നല്ലേ?” - അങ്കിൾ ചോദിച്ചു.

“വേഴാമ്പൽ നമ്മുടെ സംസ്ഥാന പക്ഷിയാണ്. മലമുഴക്കി വേഴാമ്പൽ എന്നാണത് അറിയപ്പെടുന്നത്. വേഴാമ്പലുകളുടെ തൂവലും നഖവും കൊക്കും ദുർമന്ത്രവാദികൾക്ക് വളരെ പ്രിയപ്പെട്ടതാണെന്ന് എവിടെയോ വായിച്ചത് ഓർമ്മയുണ്ട്.”- മാഷ് പറഞ്ഞു.

“പൊലീസ് സ്റ്റേഷനിൽ ഒന്നു വിളിച്ചുനോക്കാം. ഏതെങ്കിലും കുട്ടിയെ കാണാതായിട്ടുണ്ടോ എന്ന് അറിയണമല്ലോ. ഇവർ കേട്ടതനുസരിച്ച് പെൺകുട്ടിയെയല്ലേ അവർ തട്ടിക്കൊണ്ടുപോയത്?”- അങ്കിളിന്റെ ചോദ്യത്തിന് അതെ എന്ന അർത്ഥത്തിൽ ഞാൻ തലയാട്ടി.

ഫോൺ ചെയ്തശേഷം പൊലീസ് സ്റ്റേഷനിൽ കുട്ടികളെ കാണാതായത് സംബന്ധിച്ച പരാതികളൊന്നും കിട്ടിയിട്ടില്ല എന്ന് അറിയിച്ചു.

“ഇനി ഞാൻ കാര്യങ്ങൾ കൈകാര്യം ചെയ്തോളാം. ഇവരെ ഓഫീസിൽ പോകുന്ന വഴിക്ക് ഞാൻ വീട്ടിലിറക്കാം.”- അങ്കിൾ പറഞ്ഞത് മാഷ് സമ്മതിച്ചു.

അപ്പോഴാണ് മാഷിന്റെ മൊബൈൽ ഫോൺ ബെല്ലടിച്ചത്.

"ഇല്ലല്ലോ." - മാഷ് പറഞ്ഞു. മാഷിന്റെ മുഖം വലിഞ്ഞുമുറുകുകയാണല്ലോ.

"മഹിമയെ കാണാനില്ല. രാവിലെ ഡാൻസ് ക്ലാസിന് പോയതാണ്. വീടിനടുത്താണല്ലോ. അതിനാൽ തനിയെയാണ് പോവുന്നത്. ഡാൻസ് ടീച്ചർ വിചാരിച്ചത് മഹിമ അവധി ആഘോഷിക്കാൻ എവിടെയെങ്കിലും കുടുംബസമേതം പോയിക്കാണുമെന്നാണ്. തിരികെ എത്തേണ്ട സമയമായിട്ടും കാണാഞ്ഞ് അന്വേഷിച്ചപ്പോഴാണ് അവിടെ എത്തിയില്ലെന്നറിയുന്നത്. അങ്ങനെ ഇവിടെയെങ്ങാനും ഉണ്ടോന്നറിയാനാണ് മഹിമയുടെ അപ്പൂപ്പൻ വിളിച്ചത്."- മാഷ് പറഞ്ഞു.

പെട്ടെന്ന് ആസ്റ്റിൻ അങ്കിൾ മൊബൈൽ ഫോൺ എടുത്ത് ഡയൽ ചെയ്തു.

"അച്ഛാ, റോബിൻ അങ്ങോട്ടുവന്നോ? ഇല്ലേ... ഒന്നുമില്ല. അങ്ങോട്ടു വരുമെന്ന് പറഞ്ഞിരുന്നു."

അങ്കിൾ വീണ്ടും മൊബൈൽ ഫോൺ ഡയൽ ചെയ്തു. അത് വീട്ടിലേക്കായിരിക്കുമെന്ന് വ്യക്തമാണല്ലോ.

"റോബിൻ വന്നോ? ഇല്ലേ? ഏയ്, ഒന്നുമില്ല."- അങ്കിൾ തളർന്ന് കസേരയിലിരുന്നു.

അതെ, മഹിമ മാത്രമല്ല റോബിനും ബ്ലാക്ക് ഹോൺബില്ലിന്റെ പിടിയിൽ പെട്ടിരിക്കുന്നു.

പതിനൊന്ന്

മാഷും ഞാനും രാഹുലും മഹിമയുടെ വീട്ടിലേക്ക് ചെന്നു, ആസ്റ്റിൻ അങ്കിളും വരാൻ ഭാവിച്ചതാണ്. അപ്പോൾ അങ്കിളിന് ഒരു ഫോൺ വന്നു.

"നിങ്ങൾ അകത്തോട്ട് കയറിക്കോളൂ. ഞാൻ പിന്നെ വരാം."- എന്നു പറഞ്ഞ് അങ്കിൾ ഉടൻ പോയി.

മാഷിന്റെ വീട്ടിൽവച്ച് ആസ്റ്റിൻ അങ്കിൾ റോബിനെയും കാണാനില്ലെന്ന യാഥാർത്ഥ്യമറിഞ്ഞ് തളർന്നുപോയെങ്കിലും വളരെപ്പെട്ടെന്ന് ഉത്തരവാദിത്വമുള്ള പൊലീസ് ഓഫീസറായി. അദ്ദേഹം വിളിച്ചു പറഞ്ഞതനുസരിച്ച് ഒരു ജീപ്പിൽ പൊലീസുകാർ മാഷിന്റെ വീട്ടിലെത്തി.

"മാഷേ, ഇവർ പറഞ്ഞ കാര്യങ്ങൾ പൊലീസിന് മൊഴി നല്കണം. അതിനുശേഷം ഇവരുടെ മൊഴിയും രേഖപ്പെടുത്തണം. പൊലീസ് സ്റ്റേഷനിൽ കൊണ്ടുപോയി മൊഴി രേഖപ്പെടുത്തണമെന്നില്ല. അവർ ഇങ്ങോട്ടുവരും."- അങ്കിൾ പറഞ്ഞു.

"മൊഴി എന്നുപറഞ്ഞാലെന്താ അങ്കിളേ?"- ഞാൻ ചോദിച്ചു.

"നിങ്ങൾ മാഷിനോടും എന്നോടും പറഞ്ഞ കാര്യങ്ങളില്ലേ, അതുതന്നെ ഇനി വരുന്ന പൊലീസ് അങ്കിളിനോടും പറയണം.

ആ അങ്കിൾ അത് കുറിച്ചെടുക്കും. പൊലീസിന് ഒരു കുറ്റകൃത്യത്തെക്കുറിച്ച് അന്വേഷിക്കണമെങ്കിൽ മൊഴി വേണം. മൊഴി എന്നാൽ ഇങ്ങനെ ഒരു സംഭവമുണ്ടായി എന്ന് പൊലീസിനെ അറിയിക്കലാണ്. അത് ആരും ഇല്ലെങ്കിൽ പൊലീസിനുതന്നെ മൊഴി സ്വമേധയാ രേഖപ്പെടുത്താം. ഒരു കുറ്റകൃത്യം നേരിൽ കണ്ടതോ പറഞ്ഞുകേട്ടതോ ആയ ആളിന്റെ മൊഴിയാണ് പൊലീസിന് കേസ് അന്വേഷിക്കാൻ ഏറ്റവും സഹായകമായിട്ടുള്ളത്. അതുകൊണ്ടാണ് നിങ്ങളുടെ മൊഴി രേഖപ്പെടുത്തുന്നത്. ഇങ്ങനെ മൊഴി രേഖപ്പെടുത്തിക്കഴിഞ്ഞാൽ അതിന്റെ അടിസ്ഥാനത്തിൽ പൊലീസ് പ്രഥമവിവര റിപ്പോർട്ട് തയ്യാറാക്കും. ഇംഗ്ലീഷിൽ ഫസ്റ്റ് ഇൻഫർമേഷൻ റിപ്പോർട്ട് എന്നതിന്റെ ചുരുക്കപ്പേരായ എഫ് ഐ ആർ എന്നാണിത് അറിയപ്പെടുന്നത്."- അങ്കിൾ വിശദീകരിച്ചു.

അപ്പോഴേക്കും പൊലീസ് ജീപ്പ് എത്തി. ഞങ്ങളുടെ ട്യൂഷൻ മുറിയിലിരുന്നാണ് മാഷും ഞാനും രാഹുലും മൊഴി നല്കിയത്. ആദ്യം മാഷ് പറഞ്ഞ കാര്യങ്ങൾ കടലാസ്സിൽ എഴുതിയെടുത്ത പൊലീസ് ഓഫീസർ പിന്നെ ഞാൻ പറഞ്ഞതും രാഹുൽ പറഞ്ഞതുമായ കാര്യങ്ങൾ കുറിച്ചെടുക്കുകയായിരുന്നു. മാഷ് മൊഴിയുടെ ചുവടെ പേരെഴുതി ഒപ്പിട്ടു. എന്റെയും രാഹുലിന്റെയും വിരലടയാളം പതിപ്പിക്കുകയായിരുന്നു. ഇടത് തള്ളവിരലിനെ സ്റ്റാമ്പ് പാഡിൽ മുക്കി മൊഴിയുടെ ചുവട്ടിലായി ഒപ്പിനു പകരമായി പതിപ്പിച്ചു.

"നമുക്ക് സംഭവസ്ഥലത്തേക്ക് പോവാം." - അങ്കിൾ പറഞ്ഞു.

"മാഷും കുട്ടികളും എന്നോടൊപ്പം ജീപ്പിൽ വരട്ടെ, നിങ്ങൾ പിന്തുടർന്നാൽ മതി. ഫിംഗർപ്രിന്റ് ബ്യൂറോയിൽനിന്നുള്ളവരോട് അവിടെ നേരിട്ടെത്തിയാൽ മതിയെന്ന് പറഞ്ഞേക്ക്" - അങ്കിൾ നിർദ്ദേശിച്ചതനുസരിച്ച് ഒരു പൊലീസ് ഉദ്യോഗസ്ഥൻ വോക്കിടോക്കിയുമായി പുറത്തേക്കിറങ്ങി.

ഞങ്ങൾ അങ്കിളിനോടൊപ്പം നാഗരുകാവിലെത്തി. രണ്ടു പൊലീസ് ജീപ്പുകൾ അവിടെ ഞങ്ങളെ കാത്തുകിടക്കുന്നുണ്ടാ

യിരുന്നു. ഞങ്ങൾ ഇന്നോവ വന്നുനിന്ന സ്ഥലം കാട്ടിക്കൊടുത്തു.

"ഇവിടെ ടയർ പാടുകളുണ്ട്. പൂഴി മണലുള്ളതിനാൽ ഇവിടൊക്കെ കാല്പാടുകൾ കാണാം. അത് കൃത്യമായി മാർക്കുചെയ്യണം. ഫോട്ടോഗ്രാഫറുണ്ടല്ലോ. വിവിധ ആങ്കിളുകളിലെ ഫോട്ടോകളും വേണം." - അങ്കിൾ നിർദ്ദേശിച്ചതനുസരിച്ച് രണ്ടുമൂന്നുപേർ അത് ചെയ്യാൻ തുടങ്ങി.

"ഇവിടെ നിന്നപ്പോഴാണ് രാഹുൽ അയാളെ എറിഞ്ഞത്."- ഞാൻ കാട്ടിക്കൊടുത്തു.

അങ്കിളും ഒപ്പമുള്ളവരും അവിടെയൊക്കെ സൂക്ഷ്മമായി പരിശോധിക്കാൻ തുടങ്ങി.

"സാർ" - എസ് ഐ വിളിച്ചതുകേട്ട് അങ്കിൾ തിരിഞ്ഞുനോക്കി.

അവിടെ പുൽപ്പടർപ്പിനുപുറത്ത് ഒരു പുലിനഖ ലോക്കറ്റ്. അങ്കിൾ പാന്റിന്റെ പോക്കറ്റിൽനിന്ന് കർച്ചീഫെടുത്ത് മെല്ലെ അത് നിലത്തുനിന്ന് എടുത്തു.

"ഇത് എന്നെപിടിച്ച ആളുടെ കഴുത്തിൽ കറുത്ത ചരടിൽ കോർത്തിട്ടതായിരുന്നു. അവരുടെ എല്ലാപേരുടെയും കഴുത്തിൽ ഇതേപോലെത്തെ മാല ഉണ്ടായിരുന്നുവെന്നാണ് തോന്നുന്നത്." - ഞാൻ പറഞ്ഞതുകേട്ട് അങ്കിളും എസ് ഐ യും തലയാട്ടി.

"ദാ, കണ്ടോ... ഇത് പ്ലാസ്റ്റിക്കിലെ പുലിനഖമല്ല. ഒറിജിനലാണ്. ഇതിലും കറുത്ത നിറത്തിൽ വേഴാമ്പലിന്റെ ചിത്രം പതിപ്പിച്ചിട്ടുണ്ട്."- അങ്കിൾ കാട്ടിത്തന്നു - വേഴാമ്പലിന്റെ ഒരു കുഞ്ഞു ചിത്രം.

"പുലിനഖം കിട്ടിയ സ്ഥിതിക്ക് അതിട്ടിരുന്ന ചരടും ഇവിടെവിടെയെങ്കിലും കാണാനിടയുണ്ട്."- അങ്കിൾ പറഞ്ഞു.

"കിട്ടി സർ"- ഒരു പൊലീസുകാരൻ വിളിച്ചു പറഞ്ഞു. ഒരു കുറ്റിച്ചെടിയുടെ പുറത്തു കിടക്കുകയായിരുന്നു ആ മാല. കറുത്തചരടുകൾ പല രീതിയിൽ മടക്കി കെട്ടുകളിട്ടതായിരുന്നു അത്.

"രാഹുൽ കല്ലുമെടുത്താണോ മരത്തിൽ കയറിയത്?" - അങ്കിൾ ചോദിച്ചു.

“അല്ല അങ്കിൾ. മരപ്പൊത്തിൽ കല്ലുകൾ കിടപ്പുണ്ട്.”- ഞാൻ പറഞ്ഞു.

അങ്കിൾ വള്ളികളിൽ തൂങ്ങി മരപ്പൊത്തിലേക്ക് കയറി.

“ഒരാളിന് സുഖമായി ഒളിച്ചിരിക്കാം. കുറ്റവാളികളാരോ അങ്ങനെ ഒളിച്ചിരുന്നപ്പോൾ സ്വയരക്ഷയ്ക്കായി കരുതിയ കല്ലുകളാവണം അതിലുള്ളത്.” - അങ്കിൾ പറഞ്ഞു.

“ഇനി നിങ്ങളിൽ കുറച്ചുപേർ ഇവിടെ പരിശോധന നടത്തൂ. ബാക്കിയുള്ളവർ രണ്ടു ടീമായി തിരിഞ്ഞ് ഒന്ന് എന്റെ വീടിനടുത്തും മറ്റൊരു സംഘം മഹിമയുടെ വീടിനടുത്തും പരിശോധന നടത്തണം. അവിടെയും ടയർ പാടുകൾ കാണാനിടയുണ്ട്. അതു കണ്ടാൽ ഉടൻ എന്നെ വിവരമറിയിക്കണം. ഞാൻ ഇവരെ ഇറക്കിവിട്ടുവരാം.”- അങ്കിൾ സഹപ്രവർത്തകരോട് പറഞ്ഞു. മാഷാണ് ഞങ്ങളെ മഹിമയുടെ വീട്ടിലിറക്കിയാൽ മതിയെന്ന് അറിയിച്ചത്.

വീട്ടിനുള്ളിൽനിന്ന് മഹിമയുടെ അമ്മ കരയുന്നതിന്റെ അമർത്തിയ ശബ്ദം പുറത്തേക്ക് വരുന്നുണ്ടായിരുന്നു.

ഞങ്ങൾ അകത്തേക്ക് കയറി. അവിടെ സെറ്റിയിൽ കിടന്ന് മഹിമയുടെ അമ്മ കണ്ണീർ വാർക്കുകയായിരുന്നു. ഞങ്ങളെ കണ്ടതും അമ്മയുടെ സങ്കടം ഇരട്ടിച്ചു.

“മക്കളേ, നിങ്ങളുടെ കൂട്ടുകാരിയെ കാണാനില്ലല്ലോ. റോബിനെയും കാണാനില്ല. നിങ്ങളെയും പിടികൂടാൻ നോക്കിയെന്ന് റോബിന്റെ പപ്പ ഫോണിലൂടെ പറഞ്ഞു. പക്ഷേ, എന്റെ കുഞ്ഞ്.” - മഹിമയുടെ അമ്മ പിന്നെയും കരയുകയാണ്.

“അമ്മേ, മഹിമയ്ക്ക് ഒന്നും പറ്റില്ല. മഹിമയും റോബിനും അധികം വൈകാതെ അവരിൽനിന്ന് രക്ഷപ്പെട്ടു വരും. ഇല്ലെങ്കിൽ ഞങ്ങൾ രക്ഷപ്പെടുത്തും.”- ഞാൻ പറഞ്ഞു.

മഹിമയുടെ അമ്മ എന്നെ ദേഹത്തോട് ചേർത്തു നിർത്തി. കണ്ണീരൊഴുകിക്കൊണ്ടിരിക്കുന്ന ആ കവിളിൽ ചേർത്ത് എന്നെ ചുംബിച്ചു. അതിൽ ആ അമ്മയുടെ മകളോടുള്ള വാത്സല്യവും പ്രതീക്ഷയും നിറഞ്ഞിരിക്കുകയാണെന്ന് എനിക്ക് മനസ്സിലായി.

പന്ത്രണ്ട്

പിറ്റേന്ന് രാവിലെ മൃഗാശുപത്രിയിൽ പോകാൻ ഞാനും മാഷും മാത്രമേ ഉണ്ടായിരുന്നുള്ളൂ. രാഹുലിനെ ഒറ്റയ്ക്ക് വിടാൻ വീട്ടുകാർക്ക് മടി. ഇനി കുറേനാളത്തേക്ക് തനിയെ പുറത്തു പോവേണ്ടെന്നാണ് അച്ഛനും അമ്മയും പറഞ്ഞതെന്ന് രാഹുൽ തലേന്ന് വൈകുന്നേരം ഫോണിൽ വിളിച്ചപ്പോൾ പറഞ്ഞിരുന്നു. എന്റെ വീട്ടിലും എന്നെ തല്ക്കാലം അപ്പൂപ്പന്റെയും അമ്മൂമ്മയുടെയും വീട്ടിൽ കൊണ്ടാക്കിയാലോ എന്ന ആലോചന വന്നതാണ്. പക്ഷേ, അച്ഛൻ അതിനോട് യോജിച്ചില്ല.

"അങ്ങനെ എത്രനാൾ ഒളിച്ചോടും? ഇന്നലെ ഈ പ്രശ്നമുണ്ടായപ്പോൾ നമ്മളാണോ അവനെ രക്ഷിച്ചത്? അവനും അവന്റെ കൂട്ടുകാരനും കൂടി അവരുടെ ബുദ്ധി പ്രയോഗിച്ചപ്പോൾ രക്ഷപ്പെടാൻ കഴിഞ്ഞു. അതുകൊണ്ട് കുട്ടികളെ ഒരു പ്രതിസന്ധി ഉണ്ടാവുമ്പോൾ അത് മറികടക്കാനാണ് ശീലിപ്പിക്കേണ്ടത്. അല്ലാതെ പ്രശ്നങ്ങളിൽനിന്ന് ഒളിച്ചോടാനല്ല"- അച്ഛൻ പറഞ്ഞു.

"ഇന്നലെ ഇവരെ കിട്ടാതെ വന്നതിനാൽ ഇനിയും പിടികൂടാനായിരിക്കും അവർ നോക്കുക. അപ്പോൾ അത്തരക്കാരുടെ ഇടയിലേക്ക് മോനെ തല്ക്കാലം വിട്ടുകൊടുക്കേണ്ട എന്നാണ് ഞാൻ പറഞ്ഞത്."- അമ്മ വാദിച്ചു.

"ഇന്നലെ മോനെ പിടികൂടാൻ ശ്രമിച്ചവർ ഇന്ന് വീണ്ടും അതിന് ശ്രമിച്ചുകൂടായ്കയില്ല എന്ന ഒരു സാദ്ധ്യതയുണ്ട്. ആ സംഘത്തെക്കുറിച്ചുള്ള വിവരങ്ങൾ അറിയാവുന്നത് ഇവർക്കു മാത്രമാണ് എന്നതിനാലാണ് ആ സാദ്ധ്യത. ഇവർക്ക് അറിയാവുന്ന ആ വിവരങ്ങൾ പൊലീസിനോട് പറഞ്ഞത് ഇന്നത്തെ പത്രങ്ങളിൽ വിശദമായി വന്നിട്ടുണ്ട്. ഇന്നലെത്തന്നെ ടെലിവിഷനുകളിൽ ഇവരുടെ ദൃശ്യങ്ങൾ സഹിതം കണ്ടതുമാണ്. ആ സ്ഥിതിക്ക് ഇവരിൽനിന്ന് പൊലീസിനോ മറ്റാർക്കെങ്കിലുമോ കൂടുതലായി കിട്ടാനിടയില്ലെന്ന് ആർക്കും അറിയാം. പിന്നൊരു സാദ്ധ്യത ഉള്ളത് ഇവരോട് പ്രതികാരം ചോദിക്കുക എന്നതാണ്. ഇപ്പോൾ അതിനുമുതിരാനിടയില്ല. കാരണം ഇവർക്ക് വേണ്ടിയിരുന്നത് മോന്റെ പ്രായത്തിലുള്ള ഒരു ആൺകുട്ടിയെയും പെൺകുട്ടിയെയും ആണ്. അതവർക്ക് കിട്ടിക്കഴിഞ്ഞു. അക്കൂട്ടത്തിലൊരാൾ പറഞ്ഞത് അമാവാസി വന്നെങ്കിൽ എന്നല്ലേ? അതിനർത്ഥം അവർ അന്ന് ഏതോ വലിയ പൂജ ലക്ഷ്യമിടുന്നു എന്നതാണ്. എന്നുവച്ചാൽ അവരുടെ ഏതോ ആഗ്രഹമോ മോക്ഷമോ സാക്ഷാൽക്കരിക്കുന്നതിനുള്ള പൂജയാണത്. അതുകൊണ്ടു തന്നെ അവർ ഇനി ജനങ്ങൾക്കിടയിലേക്ക് അധികം വരാതെ പൂജയിൽ കേന്ദ്രീകരിച്ച് ഒതുങ്ങിക്കഴിയാനേ സാദ്ധ്യതയുള്ളൂ." – അച്ഛൻ വിശദീകരിച്ചു.

"ഞാൻ പറഞ്ഞത് കൂടുതൽ ശ്രദ്ധിക്കണമെന്നാണ്."– അമ്മ.

"അതിനോട് ഞാനും യോജിക്കുന്നു. ഇവനെ ഇപ്പോൾ ഇവിടെനിന്ന് മാറ്റിയാൽ പൊലീസിനും ചില ബുദ്ധിമുട്ടുകൾ വരും. സംശയിച്ച് ആരെയെങ്കിലും പൊലീസ് പിടികൂടിയാൽ അത് സംഘാംഗങ്ങളിലുള്ള വരാണോ എന്ന് ഉറപ്പാക്കേണ്ടത് മോനും രാഹുലുമാണ്. അതുകൊണ്ട് മോൻ ഇന്നും മാഷിന്റെ വീട്ടിലും മൃഗാശുപത്രിയിലും മഹിമയുടെയും റോബിന്റെയും വീടുകളിലും പോവട്ടെ. പക്ഷേ, കഴിയുന്നിടത്തോളം ഒറ്റയ്ക്ക് പോകേണ്ട. അഥവാ, ഒറ്റയ്ക്ക് പോകേണ്ടിവന്നാൽതന്നെ ആൾക്കാർ എപ്പോഴും ഉണ്ടാവുന്ന വഴികളിലൂടെ പോയാൽ മതി. നാഗരുകാവിനടുത്തൊന്നും പോകേണ്ട. മാഷിന്റെ വീട്ടിൽ രാവിലെ ഞാൻ ഓഫീ

സിൽ പോവുന്ന വഴിക്ക് ഇറക്കിത്തരാം." – അച്ഛൻ പറഞ്ഞു.

അച്ഛന്റെ കാർ എത്തുമ്പോൾ മാഷ് പൂമുഖത്തുണ്ടായിരുന്നു. അതിനുശേഷമാണ് മാഷും ഞാനും മൃഗാശുപത്രിയിലേക്ക് പോയത്. അവിടെ ഡോ. സുരേഷും ഡോ. ശരത്തും ഉണ്ടായിരുന്നു.

"ആ ഇതാര് ടി വി താരമോ? ഇന്നലെ വീട്ടിൽ ചെന്നപ്പോൾ ഒന്നാം ക്ലാസിൽ പഠിക്കുന്ന മോനോട് വാർത്തയ്ക്കിടയിൽ ഇവരെ കണ്ടപ്പോൾ ഭാര്യ പറയുകയാണ് ഈ ചേട്ടന്മാരെപ്പോലെ ആവണമെന്ന്." – ഡോ. സുരേഷ് പറഞ്ഞു.

അതുകേട്ട് ഞാൻ വെറുതെ ചിരിച്ചതേയുള്ളൂ. ഇന്നലെ ഉച്ചയ്ക്കുശേഷം എല്ലാ ടെലിവിഷൻ ചാനലുകളിൽനിന്നും ആളുകൾ വന്നു. അവർ എന്നെയും രാഹുലിനെയും ഒരുമിച്ചു നിർത്തി ചിത്രീകരിച്ചു. ഒരു ടി വി ക്കാർ ഞങ്ങളെയും കൊണ്ട് നാഗരുകാവിൽ പോയാണ് ദൃശ്യങ്ങൾ ചിത്രീകരിച്ചത്. പത്രലേഖകരും വന്ന് എന്നോടും രാഹുലിനോടും വിവരങ്ങൾ ചോദിച്ചറിഞ്ഞു. ഞങ്ങളുടെ ഫോട്ടോ പ്രസിദ്ധീകരിക്കുകയും ചെയ്തു.

"ഞാൻ പ്രതീക്ഷിച്ചപോലെ തന്നെ. ആ ഇന്നോവയുടെ നമ്പർ വ്യാജമാണ്. ആ നമ്പർ പത്തനംതിട്ടയിലെ ഒരു ബൈക്കിന്റെയാണ്. പൊലീസ് നന്നായി അന്വേഷിക്കുന്നുണ്ട്. വനംവകുപ്പിനെക്കൊണ്ട് ചെയ്യുന്നവിധത്തിൽ ഞങ്ങളും ശ്രമിക്കുന്നുണ്ട്."– ഡോ. ശരത് പറഞ്ഞു.

"അണ്ണാൻ കുഞ്ഞിനും തന്നാലായത് എന്നാണല്ലോ. ഓരോരുത്തരും അവർക്കാവുന്നതുപോലെ കാര്യങ്ങൾ ചെയ്യുക." – മാഷ് പറഞ്ഞു.

"മാഷേ, നമ്മുടെ പക്ഷിയെ ഇന്ന് കൊണ്ടുപോവാം. മാഷാണോ കസ്റ്റോഡിയൻ?"– ഡോ. ശരത് ചോദിച്ചു.

"രേഖകളിൽ വേണമെങ്കിൽ ഞാനാകാം. പക്ഷേ, ഇത് കുട്ടൻ കൈകാര്യം ചെയ്യട്ടെ. അവന് ഇതിൽ വലിയ താല്പര്യമുണ്ട്." – മാഷ് പറഞ്ഞു.

"മോന് സമ്മതമാണല്ലോ?" – ഡോക്ടർമാർ ചോദിച്ചു. ഞാൻ തലയാട്ടി സമ്മതം പ്രകടിപ്പിച്ചു.

"ആഹാരം കൊടുക്കുമ്പോൾ ശ്രദ്ധിക്കണം. അരി കൊടു

ക്കരുത്. ഗോതമ്പാണ് ഇവയുടെ ഇഷ്ട ആഹാരം. വെള്ളം ഒരു ടംബ്ലറിൽ നിറച്ച് കൂട്ടിൽതന്നെ വയ്ക്കുന്നതാണ് നല്ലത്. അത് ആവശ്യാനുസരണം കുടിച്ചോളും. ടംബ്ലർ ഒഴിയുമ്പോൾ വെള്ളം വീണ്ടും നിറയ്ക്കണം. ചെറിയ മീൻ കൊടുക്കാം. കറിവച്ചത് കൊടുക്കരുത്. പഴങ്ങൾ ഏതും നല്കാം. ഗോതമ്പും ഒരു കിണ്ണത്തിൽ കുറച്ചിട്ട ശേഷം കൂട്ടിൽ വച്ച് തീരുന്ന മുറയ്ക്ക് നിറയ്ക്കുന്നതാണ് നല്ലത്." - ഡോ. ശരത്തിന്റെ നിർദ്ദേശം ഞാൻ കുറിച്ചെടുത്തു.

"എന്തെങ്കിലും ആവശ്യമുണ്ടെങ്കിൽ വിളിച്ചാൽ മതി. ഞങ്ങളുടെ നമ്പർ ഉണ്ടല്ലോ."

ടെലിഫോൺ നമ്പർ ഉണ്ടെന്ന് മാഷും ഞാനും തലയാട്ടി.

മനോഹരമായ സ്റ്റീൽ കൂട്ടിലാണ് ആ വെള്ളപ്പക്ഷി കിടക്കുന്നത്. ഞങ്ങളെ കണ്ടപ്പോൾ അപരിചിതത്വമൊന്നും അത് പ്രകടിപ്പിച്ചില്ല.

"പരിചയമില്ലാത്ത ഒരു അറ്റന്റർ കൂടിനടുത്തോട്ടു ചെന്നാൽ എന്തൊരു ബഹളമായിരുന്നെന്നോ? ഇപ്പോൾ കണ്ടോ ഒരു ബഹളവും കൂടാതെ ചൊതുങ്ങിക്കൂടിയിരിക്കുന്നത്?" - ഡോ. സുരേഷിന് അതിശയം.

"മനുഷ്യരെക്കാൾ വേഗം കാര്യങ്ങൾ തിരിച്ചറിയുന്നത് മിണ്ടാപ്രാണികൾക്കാണെന്നാണ് എനിക്ക് തോന്നുന്നത്. പലപ്പോഴും കുത്താൻ വരുന്ന മൃഗങ്ങളും അവരുടെ ചികിത്സയ്ക്കാണ് വരുന്നതെന്ന് മനസ്സിലാക്കിയാൽ പിന്നെ ഒരു കുതറലുമില്ലാതെ വഴങ്ങിത്തന്ന എത്രയോ അനുഭവം എനിക്കുണ്ട്." - ഡോ. ശരത് പറഞ്ഞു.

കിളിയേയും കൂടിനെയും ഒരു അറ്റന്റർ എടുത്ത് മാഷിന്റെ കാറിന്റെ പിൻസീറ്റിൽ വച്ചുതന്നു. വളരെ ഗൗരവത്തിലാണ് കിളിയുടെ ഇരിപ്പ്!

ഇന്നലെ രാത്രിയിലെ ആ അനുഭവം... അതേക്കുറിച്ച് മാഷിനോട് പറയണോ എന്നായിരുന്നു അപ്പോൾ ഞാൻ ആലോചിച്ചത്.

പതിമൂന്ന്

ഞാൻ ഉറങ്ങുകയായിരുന്നു.

"കുട്ടാ... കുട്ടാ..." ആരോ വിളിക്കുകയാണല്ലോ.

ഞാൻ മെല്ലെ ഉണർന്ന് കൺ തുറന്നു. ഒരു കിളിയാണല്ലോ കിടക്കയിലിരുന്ന് മെല്ലെ വിളിക്കുന്നത്.

ഞാൻ ഒന്നുകൂടി കണ്ണുതിരുമ്മി നോക്കി. അതെ, ഒരു കിളി. ആശുപത്രിയിൽ കൊണ്ടുപോയ കിളിയെപ്പോലെതന്നെ. ഈ കിളിയുടെ കഴുത്തിൽ മാലപോലെ ചുവന്ന തൂവലുണ്ട്. ഒറ്റനോട്ടത്തിൽ ചുവന്ന മാല കഴുത്തിലണിഞ്ഞിരിക്കുന്നെന്ന് തോന്നും.

കുട്ടൻ എന്ന പേര് എന്നെ വീട്ടിൽ വിളിക്കുന്നതാണ്. ആ ഓമനപ്പേര് അധികമാർക്കും അറിയില്ല. മാഷിനും ട്യൂഷനുവരുന്നവരും കുറച്ച് ബന്ധുക്കൾക്കുമേ ആ പേര് അറിയൂ.

"എന്റെ പേര് കുട്ടനാണെന്ന് കിളിക്കെങ്ങനെ അറിയാം?"

"അതൊക്കെ അറിയാം. കുട്ടന്റെ അടുത്തുകിടന്നുറങ്ങുന്ന അനിയന്റെ പേര് മുത്തു എന്നാണെന്നും അറിയാം."

അങ്ങനെ എല്ലാം അറിയുന്ന ഒരാളിന്റെ അടുത്ത് വെറുതെ തർക്കിച്ചിട്ട് കാര്യമില്ല. അച്ഛൻ മിക്കപ്പോഴും പറയുന്ന കാര്യമാണത്. ആവശ്യമില്ലാതെ തർക്കിക്കരുത്. അതേസമയം ഒരാൾ ഒരു കാര്യം പറയുന്നു. അതേക്കുറിച്ച് കൂടുതൽ അറിയാൻ താല്പ

ര്യമുണ്ട്. എങ്കിൽ തീർച്ചയായും കാര്യങ്ങൾ ചോദിച്ചു മനസ്സിലാക്കാം. നമുക്ക് പൂർണ്ണമായും അറിവും ഉറപ്പുമുള്ള കാര്യങ്ങളിൽ തെറ്റ് പറയുകയാണെങ്കിൽ അതിൽ തെറ്റുണ്ട്, ഇതാണ് ശരി എന്നു പറയാം. അല്ലാതെ വെറുതെ തർക്കിക്കരുത്. ചിലർ മുയലിന് മൂന്ന് കൊമ്പ് എന്ന നിലയിൽ തർക്കിക്കും. മുയലിന് കൊമ്പില്ല എന്ന് അറിയാമല്ലോ. അപ്പോൾ മൂന്ന് കൊമ്പുള്ള മുയലിനെ താൻ പിടിച്ചു എന്നു വാദിച്ചാൽ എന്തു ചെയ്യണം? മുയലിന് കൊമ്പില്ലല്ലോ എന്ന് പറഞ്ഞുനോക്കണം. അപ്പോഴും താൻ ഇന്ന് രാവിലെ മുയലിനെ പിടിച്ച് എണ്ണിനോക്കിയതാണ് മൂന്ന് കൊമ്പുണ്ട് എന്നുപറയുന്ന ആളിനോട് വെറുതെ തർക്കിക്കുന്നത് നമ്മുടെ ഊർജ്ജം നഷ്ടപ്പെടുത്തുകയേയുള്ളൂ എന്ന് അച്ഛൻ പറഞ്ഞുതന്നിട്ടുണ്ട്. തന്റെ ഓമനപ്പേര് എങ്ങനെ മനസ്സിലാക്കി എന്ന് ഈ കിളിക്ക് പറഞ്ഞുതരാൻ താല്പര്യമില്ല. ആ സ്ഥിതിക്ക് അതേപ്പറ്റി കൂടുതൽ ചോദിച്ചിക്കാതിരിക്കുന്നതാവും നല്ലത്.

"കുട്ടനോട് നന്ദി പറയാനാണ് ഞാൻ വന്നത്." - കിളി പറഞ്ഞു.

"എന്തിനാണ് എന്നോട് നന്ദി പറയുന്നത്?"- ഞാൻ ചോദിച്ചു.

"എന്റെ മകനെ രക്ഷിച്ചതിന്?"- കിളി പറഞ്ഞു.

"നിങ്ങളുടെ മകനോ?"- ഞാൻ ചോദിച്ചു.

"നിങ്ങൾ രക്ഷിച്ച് ആശുപത്രിയിൽ പ്രവേശിപ്പിച്ച ജോ എന്ന പക്ഷി ഉണ്ടല്ലോ. അവൻ എന്റെ മകനാണ്. അവൻ ഞങ്ങളുടെ കിളിക്കൂട്ടത്തിലെ അടുത്ത രാജാവുമാണ്."- കിളി പറഞ്ഞത് എനിക്ക് പുതിയൊരു അറിവായിരുന്നു. തേനീച്ചകൾക്ക് റാണി ഉണ്ടെന്ന് സ്കൂളിൽ പഠിച്ചിട്ടുണ്ട്. മൃഗരാജനാണ് സിംഹം എന്ന് കഥകളിൽ വായിച്ചിരുന്നു. പക്ഷികളുടെയും മൃഗങ്ങളുടെയും രാജാവാണ് സിംഹം എന്നായിരുന്നു കരുതിയിരുന്നത്.

"കിളിക്ക് തെറ്റിപ്പോയി. ഞാനല്ല ജോയെ രക്ഷിച്ചത്. എന്റെ കൂട്ടുകാരൻ രാഹുലാണ്. അവനാണ് വേട്ടക്കാർ വെടിവച്ചിട്ട ജോയെ അവരുടെ കണ്ണുവെട്ടിച്ച് എടുത്തുകൊണ്ട് മാഷിന്റെ വീട്ടിലെത്തിച്ചത്. മാഷ് ആശുപത്രിയിൽ പോയപ്പോൾ ഞാനും കൂടെ

പ്പോയി എന്നേയുള്ളൂ." - ഞാൻ പറഞ്ഞു.

"കുട്ടൻ പറയുന്നതൊക്കെ ശരിയാണെന്ന് എനിക്കറിയാം. ജോ എന്നോടെല്ലാം പറഞ്ഞു. വേറൊരാൾ ചെയ്തതിന്റെ നേട്ടം ഏറ്റെടുക്കാതെ അത് അർഹിക്കുന്നവർക്കുതന്നെ നല്കുന്നത് നല്ല സ്വഭാവമാണ്. ജോയെ ഇനി നോക്കേണ്ടത് കുട്ടനാണല്ലോ." - കിളി അങ്ങനെ പറഞ്ഞതെന്താണെന്ന് എനിക്ക് മനസ്സിലായില്ല.

"ജോയെ തരികയാണെങ്കിൽ രാഹുലല്ലേ നോക്കേണ്ടത്? രാഹുലിന് അസൗകര്യമുണ്ടെങ്കിൽ മാഷിന്റെ വീട്ടിലാവാമല്ലോ. അവിടെയാവുമ്പോൾ ഞങ്ങൾക്കെല്ലാം വന്ന് ജോയെ നോക്കാനാവും."- ഞാൻ പറഞ്ഞു.

"കുട്ടൻ പറയുന്നതൊക്കെ ശരിയാണ്. ജോയെ കുട്ടനെ ഏല്പിച്ചാൽ നോക്കാൻ വിഷമമില്ലല്ലോ." - ഇല്ലെന്ന് ഞാൻ മറുപടി നല്കി.

"കുട്ടന് എന്നോട് എന്തോ ചോദിക്കാനുണ്ടെന്ന് തോന്നുന്നുണ്ടല്ലോ."- കിളി ചോദിച്ചു.

"ജോയുടെ അമ്മയാണോ മഹാറാണി?"

"ഞാൻ റാണിയാണ്. മഹാറാണിയാവണമെങ്കിൽ ആ കിളിക്കൂട്ടത്തിൽ ഒരുപാട് കിളികൾ വേണം. കുറച്ചുപേരെയും ചെറിയ രാജ്യത്തേയും ഭരിക്കുന്നത് രാജാവ്. വലിയ രാജ്യവും ഒരുപാട് പ്രജകളുമുള്ളവർ മഹാരാജാവ്. ഇതിനെയൊക്കെക്കാൾ വലിയ സാമ്രാജ്യം ഭരിക്കുന്ന ആൾ ചക്രവർത്തി എന്ന് കേട്ടിട്ടില്ലേ. ഞങ്ങളുടെ കൂട്ടത്തിലും അതുപോലെതന്നെയാണ്. ഞങ്ങൾ അയ്യായിരം കിളികൾ മാത്രമുള്ള കൂട്ടരാണ്."- കിളി പറഞ്ഞു.

"ഈ അയ്യായിരം കിളികളും ഇവിടെയുണ്ടോ?"- ഞാൻ ചോദിച്ചു.

"കേരളത്തിലുണ്ട്. കേരളത്തിലെ വിവിധ പക്ഷിസങ്കേതങ്ങളിലും കാട്ടാറിന്റെ തീരങ്ങളിലും പുഴയോരങ്ങളിലുമുള്ള വൃക്ഷങ്ങളിലാണ് ഞങ്ങൾ ചേക്കേറിയിരിക്കുന്നത്." - കിളിയുടെ മറുപടി.

"നിങ്ങൾ ഒരുമിച്ചാണോ തിരിച്ചുപോവുന്നത്." - ഞാൻ

ചോദിച്ചു.

"അതെ."

"അതെന്നാണെന്ന് തീരുമാനിച്ചിട്ടുണ്ടോ?"

"അത് അങ്ങനെ മുൻകൂട്ടി തീരുമാനിക്കാൻ പറ്റില്ല. കാലാവസ്ഥയിലെ വ്യത്യാസങ്ങൾ തിരിച്ചറിഞ്ഞാണ് യാത്ര തീരുമാനിക്കുന്നത്. മനുഷ്യർ പ്രകൃതിക്കുമേൽ നടത്തുന്ന കൈയേറ്റവും ചൂഷണവുംമൂലം കാലാവസ്ഥയിൽ വൻ മാറ്റങ്ങളാണ് ഉണ്ടായിരിക്കുന്നത്. പ്രകൃതിയുടെ വൈവിദ്ധ്യങ്ങളെ നശിപ്പിക്കുന്നതിൽ ഏറ്റവും മുന്നിൽ നില്ക്കുന്നത് ഏറ്റവും അറിവുള്ളവരെന്ന് പറഞ്ഞുനടക്കുന്ന കേരളീയരാണ്. മുമ്പൊക്കെ ഞങ്ങൾ കേരളത്തിൽ രണ്ടുമാസത്തിലേറെ ചെലവഴിക്കുമായിരുന്നു. ഇപ്പോൾ ഒരുമാസംതന്നെ കഷ്ടിച്ചാണ് കഴിയാനാവുന്നത്. അത്രയ്ക്കാണ് കാലാവസ്ഥയിലെ മാറ്റം. ആർത്തി പെരുത്ത ഇവിടത്തെ മനുഷ്യർ എന്താണ് കാട്ടിക്കൂട്ടുന്നതെന്ന് തിരിച്ചറിയുന്നില്ല. പിന്നെ, ഞങ്ങളെപ്പോലുള്ള പക്ഷികളെ ഇങ്ങനെ വേട്ടയാടിയാൽ സ്വസ്ഥമായി കഴിയാൻ പറ്റുമോ? അതൊക്കെ ഞങ്ങളുടെ യാത്രയെ സ്വാധീനിക്കും." – കിളി വിശദീകരിച്ചു.

"ആ മാറ്റം എങ്ങനെയാണ് നിങ്ങൾ പരസ്പരം അറിയുന്നത്?"– ഞാൻ ചോദിച്ചു.

"അതിന് ഞങ്ങളുടെ കൂട്ടത്തിലും ആൾക്കാരുണ്ട്. ഓരോയിടത്തും പോവുന്നവർക്ക് ഒരു നേതാവുണ്ടാവും. ആ നേതാവ് എല്ലാ ദിവസവും രാജാവിനെ വിശേഷങ്ങൾ അറിയിക്കും. രാജാവ് അവരുമായും സംസാരിക്കും." – കിളി പറഞ്ഞു.

"അപ്പോൾ നിങ്ങൾക്കും മൊബൈൽ ഫോണുണ്ടോ?"– ഞാൻ ചോദിച്ചു.

"ഫോണിലൂടെയൊന്നുമല്ല ഞങ്ങൾ സംസാരിക്കുന്നത്. ഞങ്ങളുടെ ശബ്ദം വ്യത്യസ്ത രീതിയിലുണ്ട്. ഒരാൾ ആക്രമിക്കപ്പെട്ടാൽ വിളിച്ചു പറയുന്ന രീതിയിലല്ല ഒരാൾ മരിച്ചാൽ അറിയിക്കുന്നത്. ഒരു സംഘത്തിന് വഴി തെറ്റിയാൽ മൂന്നാമതൊരു രീതിയിലാണ് അറിയിക്കുക. ഞങ്ങളുടെ ആ ഭാഷയും അതിന്റെ

ഉച്ചാരണത്തിലെ ഏറ്റക്കുറച്ചിലുമൊക്കെ കുഞ്ഞായിരിക്കുമ്പോൾതന്നെ പരിശീലിപ്പിക്കും." - കിളിയമ്മ പറഞ്ഞു.

"ജോയുടെ അച്ഛനായ രാജാവ് പുറത്തിരിക്കുകയാണോ?"- ഞാൻ ചോദിച്ചു.

"കഴിഞ്ഞ തവണ വന്നപ്പോൾ കുമരകത്തുവച്ച് ജോയുടെ അച്ഛനെ വേട്ടക്കാർ വെടിവച്ചുകൊന്നു. അതിന്റെ വിഷമത്തിൽ കഴിയുകയായിരുന്നു ഞങ്ങൾ. ഈ വർഷം തിരിച്ച് സൈബീരിയയിലെത്തിയാലുടൻ രാജാവായുള്ള ജോയുടെ അഭിഷേകം നിശ്ചയിച്ചിരിക്കുകയാണ്... ഇപ്പോൾതന്നെ നേരം വൈകി. ഞാൻ വന്നത് ഒരു കാര്യത്തിനാണ്. ഞങ്ങളുടെ ആയിരത്തോളം കിളികൾ ഇവിടെ രണ്ടു ഗ്രാമങ്ങളിലായിട്ടുണ്ട്. ഞാൻ അറിയിച്ചാൽ അഞ്ചുമിനിട്ടിനുള്ളിൽ അവർ ഈ ചുറ്റുപാടിലെവിടെ വേണമെങ്കിലും എത്തും. ചിലപ്പോൾ ഞങ്ങൾക്ക് കുട്ടനെ സഹായിക്കാനും കഴിഞ്ഞേക്കും. അതിനു കുട്ടൻ എങ്ങനെയാണ് ഞങ്ങളുമായി ബന്ധപ്പെടുക? കുട്ടന്റെ മേശപ്പുറത്തിരിക്കുന്ന മലയാള പുസ്തകത്തിന്റെ പുറത്ത് ഒരുതൂവലുണ്ടാവും. അതെടുത്ത് നെറ്റിയിൽ പൊട്ടിടുന്ന ഭാഗത്ത് മൃദുവായി മൂന്നുവണ ഉരസിയാൽ മതി, ഞാൻ കുട്ടന്റെ അടുത്തെത്തും. നമ്മൾ സംസാരിക്കുമ്പോൾ കുട്ടൻ ചുണ്ടനക്കിയാൽ മതി. ഒച്ച ഉണ്ടാക്കരുത്. ചുണ്ടിന്റെ അനക്കത്തിലൂടെ എനിക്ക് കാര്യങ്ങൾ മനസ്സിലാക്കാൻ കഴിയും. ഇനി നമുക്ക് പിന്നീട് സംസാരിക്കാം." - കിളി പോകാനൊരുങ്ങി.

"ഒരു കാര്യം കൂടി..." - ഞാൻ പറഞ്ഞു.

"ചോദിച്ചോളൂ." - കിളി സമ്മതിച്ചു.

"സൈബീരിയയിൽ ഭാഷ മലയാളമല്ലല്ലോ. പിന്നെങ്ങനെയാ കിളി മലയാളം പറയുന്നത്?"- ഞാൻ ചോദിച്ചു.

"മലയാളിയുടെ ഭാഷ അല്ലാതിരുന്നിട്ടും ഗൾഫിൽ പോകുന്നവർ അറബിയും ഡൽഹിയിൽ പോകുന്നവർ ഹിന്ദിയും ബാംഗ്ലൂരിൽ താമസിക്കുന്നവർ കന്നടയും സംസാരിക്കുന്നില്ലേ? മലയാളികൾ വളർത്തുന്ന തത്ത മലയാളവും തമിഴർ

വളർത്തുന്ന തത്ത തമിഴും സംസാരിക്കുന്നതുപോലെതന്നെയാണിതും. എന്തും പഠിച്ചെടുക്കാം. അസാദ്ധ്യമായി ഒന്നുമില്ല. ഇനി നമുക്ക് പിന്നീട് കാണാം." - കിളി പറന്നകന്നുപോയി.

അമ്മ വിളിക്കുമ്പോഴാണ് ഉണർന്നത്.

എഴുന്നേറ്റുചെന്ന് ആദ്യം മേശപ്പുറത്തെ മലയാളം പുസ്തകമാണ് നോക്കിയത്. അതിന് മുകളിൽ ഒരു ചെറിയ ചുവന്ന തൂവൽ!

അതിപ്പോഴും എന്റെ പോക്കറ്റിലുണ്ട്.

ഇക്കാര്യം മാഷിനോട് പറയണോ? പറയാം ഗുരു നല്ല ഉപദേശമേ തരൂ.

പതിനാല്

എല്ലാം കേട്ടുകഴിഞ്ഞ് മാഷ് ചോദിച്ചു- "തൂവലിന്റെ ഉപയോഗം പരീക്ഷിച്ചുനോക്കിയോ?'

"ഇല്ല." - ഞാൻ പറഞ്ഞു.

"അത് പരീക്ഷിച്ച് നോക്കുന്നത് നന്നായിരിക്കും."- മാഷ് അഭിപ്രായപ്പെട്ടു.

"ജോയുടെ അമ്മ വന്ന് എന്തിനാണ് വിളിച്ചത് എന്നു ചോദിച്ചാലോ?"- ഞാൻ ചോദിച്ചു.

"നമുക്ക് ഉള്ള കാര്യം പറയാം. മാഷിനോട് കാര്യങ്ങൾ പറഞ്ഞപ്പോൾ അത് ശരിയാണോ എന്നറിയാൻ പരീക്ഷിച്ചതാണ് എന്ന സത്യം അറിയിക്കാം. കൂട്ടത്തിൽ കിളി പറഞ്ഞതുപോലെതന്നെ തന്റെ വീട്ടിലാണ് ജോ ഉള്ളതെന്ന വിവരം അറിഞ്ഞോ എന്നും മകനെ കണ്ടോ എന്നും ചോദിക്കാമല്ലോ." - മാഷ് പറഞ്ഞു.

"കിളിക്കൂട് കുറച്ചുനേരംമുമ്പാണ് വീട്ടിൽ കൊണ്ടുവന്ന് ഹാൾമുറിയിൽ തൂക്കിയിട്ടത്. അമ്മയും മുത്തുവും അപ്പൂപ്പനും അമ്മൂമ്മയും വീട്ടിൽ ഉണ്ടായിരുന്നു. അച്ഛൻ ഓഫീസിൽ പോയതാണ്. മുത്തുവിന് ജോയെ കണ്ടതും സന്തോഷം സഹിക്കാനാ

യില്ല. അവൻ തുള്ളിച്ചാടി.

മാഷ് മൊബൈൽ ഫോണിൽ ആശുപത്രിയിൽ വച്ചുതന്നെ അച്ഛനോട് സംസാരിച്ചിരുന്നു. വീട്ടിൽ കിളിയെ സംരക്ഷിക്കുന്നതിൽ അച്ഛന് ഒരു എതിർപ്പുമുണ്ടായിരുന്നില്ല. അച്ഛൻ വിളിച്ചുപറഞ്ഞതനുസരിച്ച്, ഞങ്ങൾ വീട്ടിലെത്തിയപ്പോൾതന്നെ അപ്പൂപ്പൻ കിളിക്കൂട് സ്ഥാപിക്കാനുള്ള സ്ഥലം കണ്ടെത്തിയിരുന്നു.

“വീടിന് പുറത്ത് ഇപ്പോഴത്തെ സാഹചര്യത്തിൽ കിളിയെ സൂക്ഷിക്കുന്നത് ഉചിതമല്ല. അതിനെ വെടിവച്ചിട്ട ആൾക്കാർ വന്ന് എടുത്തുകൊണ്ടുപോയാൽ എന്തുചെയ്യും? വെളിയിൽ നല്ല ചൂടാണ്. അത്രയും ചൂട് ഇവയ്ക്ക് ചിലപ്പോൾ ബുദ്ധിമുട്ടായിരിക്കും. പുറത്താണെങ്കിൽ മറ്റ് പക്ഷികൾ ഉപദ്രവിക്കാനും സാദ്ധ്യതയുണ്ട്.”- അപ്പൂപ്പൻ വിശദീകരിച്ചു.

“അതൊക്കെ ശരിയാണ്. ഇവിടെ കിളിക്കൂട് വച്ചത് നന്നായി.” - മാഷ് പറഞ്ഞു. അതുകേട്ടപ്പോൾ അപ്പൂപ്പന്റെ മുഖത്ത് തൃപ്തിയുടെ അടയാളംപോലെ പുഞ്ചിരി വിടർന്നു. അപ്പൂപ്പൻ അങ്ങനെയാണ്- എല്ലാം ചെയ്യാൻ മുന്നിട്ടിറങ്ങും. ഭംഗിയായി അവ ചെയ്യുകയും ചെയ്യും. അങ്ങനെ ചെയ്തു കഴിയുമ്പോൾ മറ്റുള്ളവർ അഭിപ്രായം പറഞ്ഞാൽ അപ്പൂപ്പന് വലിയ സന്തോഷമാണ്. അതിന്റെ പേരിൽ അമ്മൂമ്മ അപ്പൂപ്പനെ കളിയാക്കുകയും ചെയ്യും. കർമ്മം ചെയ്താൽ മതി. ഫലം ഇച്ഛിക്കരുതെന്ന് *ഭഗവദ്ഗീത*യിൽ ഇല്ലേ എന്ന് ചോദിക്കും. അപ്പൂപ്പൻ എല്ലാദിവസവും സന്ധ്യക്ക് *ഭഗവത്ഗീത* വായിക്കും. അതിലെ കുറെ കഥകൾ എനിക്കും മുത്തുവിനും പറഞ്ഞുതന്നിട്ടുണ്ട്.

അപ്പോഴേക്കും അമ്മ മാഷിന് ചായയും പഴവുമായി വന്നു. എനിക്കും മുത്തുവിനും പാലും പഴവും കിട്ടി.

“കുട്ടാ, കിളിക്കുവേണ്ടിയുള്ള ഒരുക്കങ്ങളും ആഹാരരീതികളുമെല്ലാം പറയൂ.” - മാഷിന്റെ നിർദ്ദേശമനുസരിച്ച് ഞാൻ ഡോക്ടർമാർ പറഞ്ഞുതന്നത് വിശദീകരിച്ചു.

“കൃത്യമായി എല്ലാം കുട്ടൻ പറഞ്ഞു. എനിക്കായി ഒന്നും ബാക്കിവച്ചില്ല. മിടുക്കൻ. എന്തെങ്കിലും സംശയമുണ്ടെങ്കിൽ ഡോക്ടർമാരെ വിളിച്ചുചോദിക്കാം. നമ്പർ കുട്ടനറിയാം. എനിക്ക് തപാലാപ്പീസ് വരെ പോവണം. ഒരു രജിസ്റ്റേർഡ് കത്തുണ്ടെന്ന്. ഇന്നലെ പോസ്റ്റുമാൻ വരുമ്പോൾ വീട്ടിൽ ആരുമില്ലായിരുന്നു. അതിനാൽ ആ കത്തുവാങ്ങണം. ഞാൻ ഇറങ്ങുന്നു. കാർ ഇവിടെ കിടക്കട്ടെ. കഷ്ടിച്ച് അരകിലോമീറ്ററല്ലേയുള്ളൂ. നടന്നു പോവാം. ജങ്ഷനിൽ തിരക്കുകാരണം കാർ പാർക്കു ചെയ്യാനൊക്കെ വലിയ പ്രയാസം.”– മാഷ് പറഞ്ഞു.

“അങ്ങനെയാണെങ്കിൽ അപ്പുറത്തെ ഇടറോഡിലിറങ്ങി പോയാൽ മതി. അതിലേയാവുമ്പോൾ നല്ല തണലുമുണ്ട്. പഴയ കൊപ്രാമില്ലിനടുത്തുചെന്നുകേറും.” – അപ്പൂപ്പൻ പറഞ്ഞു.

“ആ വഴി എനിക്കറിയാം. അതിലേതന്നെയാണ് പോവുന്നത്.”

“കാണാതായ കുട്ടികളുടെ വിവരമൊന്നും കിട്ടിയില്ലല്ലോ. അല്ലേ.” – അമ്മൂമ്മ ചോദിച്ചു.

ഇല്ലെന്ന് മാഷ് നിരാശയോടെ തലയാട്ടി. – “പൊലീസ് ഊർജ്ജിതമായി അന്വേഷിക്കുന്നുണ്ട്.”

“മാഷേ, തപാലാപ്പീസിൽ ഞാൻ കൂടിവരട്ടെ? പദപ്രശ്നം പൂരിപ്പിച്ചുവച്ചിരിക്കുന്നത് അയക്കാനുണ്ട്.” – ഞാൻ ചോദിച്ചു.

“പിന്നെന്താ?” – മാഷ് അനുമതി നല്കി.

“മോനേ, മാഷിനെ ഇടം വലം തിരിയാൻ അനുവദിക്കാതായാൽ എങ്ങനെയാ?”– അമ്മ ചോദിച്ചു.

“അവൻ മിടുക്കനാണ്. ചുറ്റിലും നടക്കുന്ന കാര്യങ്ങൾ അറിയാൻ താല്പര്യമുള്ളവൻ. ഇപ്പോഴത്തെ കുട്ടികളിലേറെപ്പേർക്കും ആകെ ഒരു വിനോദമേയുള്ളൂ- ടി വി കാണൽ. തൊട്ടടുത്ത വീട്ടുകാരുടെ പേരുപോലുമറിയില്ല. അതിന് കുട്ടികളല്ല ഉത്തരവാദികൾ. കുട്ടികൾക്ക് ചുറ്റുപാടുകളെയും അയൽപക്കത്തിനെയും കുറിച്ച് വിശദീകരിച്ച് അവരുമായി ഇടപെടുന്നതെങ്ങനെയെന്ന് പറഞ്ഞു കൊടുക്കൽ വലിയൊരു വിദ്യാഭ്യാസ പ്രക്രി

യയാണ്. അതിൽ പരാജയപ്പെടുന്നവർ എത്ര എ പ്ലസ് നേടിയിട്ടും കാര്യമില്ല. അത് തിരിച്ചറിയുമ്പോഴേക്കും ഏറെ വൈകിപ്പോവും. അക്കാര്യത്തിൽ കുട്ടന്റെ കാര്യത്തിൽ നിങ്ങൾക്ക് അഭിമാനിക്കാം. പഠനത്തിൽ ഇവൻ എപ്ലസ് തന്നെ. സാമൂഹിക ചുറ്റുപാടുകളെ മനസ്സിലാക്കി പെരുകുന്ന കാര്യത്തിൽ അതിനെക്കാൾ ഉയർന്ന ഗ്രേഡേ ഇവന് കിട്ടൂ."- മാഷ് ലോപമില്ലാതെ ചൊരിഞ്ഞ അഭിനന്ദനം കേട്ട് അമ്മൂമ്മ എന്റെ നിറുകയിൽ വാത്സല്യത്തോടെ തഴുകി.

"മാഷെപ്പോലൊരാളിന്റെ ശിഷ്യനാവാൻ കഴിഞ്ഞതിന്റെ നേട്ടമാണിത്." - അമ്മ പറഞ്ഞു.

"നമുക്കിറങ്ങാം." - മാഷ് ചോദിച്ചു.

"ഞാനും കൂടി."- മുത്തുവും ഇറങ്ങി.

"മോനിങ്ങു വാ.."- അമ്മ മുത്തുവിനെ എടുത്തതോടെ അവൻ ചിണുങ്ങാൻ തുടങ്ങി.

"ചേട്ടന്റെ അത്രയ്ക്കാവുമ്പോൾ മാഷുതന്നെ മോനെ കൊണ്ടുപോവാം. മോൻ ഇപ്പോൾ ചിരിച്ച് മാഷിനും ചേട്ടനും ടാറ്റാ പറഞ്ഞേ..." - മാഷ് പറഞ്ഞു. മുത്തു ചിരിച്ചുകൊണ്ട് കൈവീശി.

"ഞങ്ങൾ തപാലാപ്പീസിലേക്ക് നടക്കുമ്പോഴാണ് 'പരീക്ഷണ'ത്തിന് സന്നദ്ധരായത്. ആ പരീക്ഷണം വിജയിക്കുമെന്ന് എനിക്ക് ഉറപ്പുണ്ടായിരുന്നു.

മാഷ് നിർദ്ദേശിച്ചതുപോലെ തൂവൽ നെറ്റിയുടെ മദ്ധ്യഭാഗത്ത് മൂന്നുപ്രാവശ്യം മൃദുവായി ഉരസി. ഞങ്ങൾ നിന്നതിനടുത്തായി ഒരു പുളിമരമുണ്ടായിരുന്നു

"നമുക്ക് കുറച്ചുനേരം ഈ മരത്തിന്റെ ചോട്ടിൽ നില്ക്കാം." - മാഷ് പറഞ്ഞതുകേട്ട് ഞാനും അദ്ദേഹത്തോടൊപ്പം മരച്ചുവട്ടിലേക്ക് നീങ്ങിനിന്നു.

രണ്ടുമൂന്നുമിനിട്ട് കഴിഞ്ഞുകാണും. അപ്പോഴാണ് ഞാൻ കണ്ടത് - ദൂരെനിന്നും നാലഞ്ച് കിളികൾ പറന്നുവരുന്നു! അതെ, അതിലൊന്നിന്റെ കഴുത്തിൽ ചുവന്ന മാല!

പതിനഞ്ച്

കിളികൾ താണുപറന്ന് പുളിമരത്തിന്റെ കൊമ്പുകളിലൊന്നിലിരുന്നു. ജോയുടെ അമ്മ പിന്നെയും താണ് ഞാൻ നിന്നതിനോട് ചേർന്ന ശിഖരത്തിൽ ഇരിപ്പുറപ്പിച്ചു.

"തൂവൽ നെറ്റിയിലുരസിയാൽ ഞാൻ വരുമോ എന്ന് പരീക്ഷിച്ചുനോക്കിയതാണോ?" - ജോയുടെ അമ്മ ചോദിച്ചു.

"പരീക്ഷിച്ചതാണ്. ജോയെ കണ്ടോ എന്നറിയാനും കൂടിയാ വിളിച്ചത്." - ഞാൻ സമ്മതിച്ചു.

"ജോയെ എല്ലാദിവസവും കാണുന്നുണ്ട്. ഞങ്ങളുടെ ജോയുടെ ചുറ്റുവട്ടത്തുതന്നെയാണ് ഈ ദിവസങ്ങളിലൊക്കെ ഉണ്ടായിരുന്നത്. ഇനിയും ആവശ്യമുള്ളപ്പോൾ വിളിച്ചോളൂ. മാഷിനോട് പ്രത്യേകം നന്ദി പറഞ്ഞേക്കണേ. കാരണം, മാഷ് ചെയ്ത സേവനങ്ങൾ മറക്കാൻ പറ്റില്ല."- കിളി പറഞ്ഞു.

മെല്ലെ കിളി പറന്നുയർന്നു. മറ്റുകിളികളും ജോയുടെ അമ്മയോടൊപ്പം ചേർന്നു. അവ അകലേക്ക് പറക്കുന്നത് ഞങ്ങൾ നോക്കിനിന്നു.

കിളി പറഞ്ഞ കാര്യങ്ങൾ മാഷിനോട് വിശദീകരിച്ചു.

"നേരിട്ടുകണ്ടാലും വിശ്വസിക്കാൻ കഴിയാത്ത പല കാര്യങ്ങളും നമ്മുടെ കൺമുന്നിൽ നടക്കുന്നുണ്ട്. അതിലൊന്നാണ്

ഇത്.” - മാഷ് പറഞ്ഞു.

ഞങ്ങൾ റോഡരികിലൂടെ നടക്കാൻ തുടങ്ങി. ഒരു പൊലീസ് ജീപ്പ് ഞങ്ങളുടെ ഓരം ചേർന്ന് വന്നുനിന്നു. റോബിന്റെ പപ്പ യായിരുന്നു അത്.

“അന്വേഷണത്തിൽ എന്തെങ്കിലും പുരോഗതി ഉണ്ടോ?”- മാഷ് ചോദിച്ചു.

“ചില സൂചനകൾ കിട്ടിയിട്ടുണ്ട്. കുപ്രസിദ്ധരായ കുറ്റവാ ളികളാണിതിന് പിന്നിലാണെന്നാണ് മനസ്സിലാക്കാനാവുന്നത്. എങ്ങോട്ടാ രണ്ടുപേരും കൂടി?”- റോബിന്റെ പപ്പ ചോദിച്ചു.

“ഞങ്ങൾ തപാലാപ്പീസുവരെ പോവുകയാണ്. ഞാൻ വൈകിട്ട് വീട്ടിലേക്ക് വരാം.” - മാഷ് പറഞ്ഞു.

കൈവീശി യാത്രപറഞ്ഞ് ഞങ്ങൾ മുന്നോട്ടുനടന്നു.

പ്രധാന റോഡിലേക്ക് കയറാൻ നേരമാണ് ഞാനത് കണ്ട ത്. അന്ന് എന്നെയും രാഹുലിനെയും പിടിക്കാൻ നോക്കിയവ രിൽ രണ്ടുപേർ ഒരു ബൈക്കിൽ പഴയ കൊപ്രാമില്ലിനകത്തേക്ക് കയറുന്നു...

“മാഷേ”- ആ കൊപ്രാമില്ലിലേക്ക് വിരൽ ചൂണ്ടി പറഞ്ഞു: “ആ ബൈക്കിൽ കൊപ്രാമില്ലിലേക്ക് കയറിപ്പോയത് അന്ന് ഞങ്ങളെ നാഗരുകാവിൽവച്ച് പിടിക്കാൻ നോക്കിയവരാണ്...”

മാഷ് അങ്ങോട്ടുനോക്കി. കൊപ്രാമില്ലിന്റെ കൂറ്റൻ വാതിൽ ഒരു ബൈക്കിന് പോകാൻ മാത്രം കഴിയുംവിധത്തിൽ തുറന്നി രിക്കുകയാണ്.

“റോബിന്റെ പപ്പ ആസ്റ്റിൻ പോവുകയും ചെയ്തല്ലോ. നമുക്ക് എത്രയും പെട്ടെന്ന് അവർ വന്ന ബൈക്കിന്റെ നമ്പർ നോക്കാം. അത് കുറിച്ചെടുത്ത് ആസ്റ്റിനോട് പറയാം. വരൂ...” - മാഷും ഞാനും അങ്ങോട്ടു നടന്നു.

ഗേറ്റിലൂടെ മെല്ലെ അകത്തേക്ക് കടന്നപ്പോൾ കണ്ടത് ഓടിട്ട വലിയൊരു പഴയ കെട്ടിടത്തിന്റെ മുൻ വശമാണ്. അവിടമാകെ കാടുപിടിച്ച് കിടക്കുകയാണ്. ചില സിനിമകളിലെ സംഘട്ടന രംഗങ്ങളിൽ കണ്ടിട്ടുള്ള ഗോഡൗണുകൾപോലെതന്നെ...

പെട്ടെന്ന് ഗേറ്റ് അടയുന്ന ശബ്ദം കേട്ട് തിരിഞ്ഞുനോക്കിയതും അഞ്ച് തടിയന്മാർ ഞങ്ങളുടെ പിന്നിലുണ്ട്. അവർ ഞങ്ങളെ പിടികൂടിക്കഴിഞ്ഞു. മാഷിന്റെ പോക്കറ്റിൽനിന്നും മൊബൈൽഫോൺ എടുത്ത് മറ്റൊരാൾക്ക് കൊടുത്തശേഷം കൂട്ടത്തിൽ നേതാവെന്നു തോന്നുന്ന ആൾ പറഞ്ഞു - "സത്യാ, ഈ മൊബൈൽഫോൺ ചെന്നൈയിൽ പോകുന്ന നമ്മുടെ ആൾ വശം കൊടുത്തയക്കണം. അവിടെ ചെന്നാലുടൻ ഈ ഫോണും സിം കാർഡും നശിപ്പിക്കണം. കുറേക്കഴിയുമ്പോൾ ഇവരെ കാണാനില്ലെന്ന് പൊലീസ് അറിയുമല്ലോ. അപ്പോൾ മൊബൈൽഫോൺ ടവർ കേന്ദ്രീകരിച്ചാവും അന്വേഷണം. ഇവരെ ചെന്നൈയിലേക്ക് കടത്തുന്നു എന്നു കരുതി പൊലീസ് അവിടങ്ങളിലേക്ക് അന്വേഷണം കേന്ദ്രീകരിക്കും." - അയാൾ പൊട്ടിച്ചിരിച്ചു. അയാളുടെ കൂടെയുള്ള ഗുണ്ടകളിലേക്കും ആ ചിരി പടർന്നു. "സാറേ, നിങ്ങളെ ഇതിലേക്ക് വലിച്ചിടണമെന്ന് വിചാരിച്ചതല്ല. ഞങ്ങൾക്ക് ഇവനെയും മറ്റേ പയ്യനെയും കിട്ടണമെന്നുണ്ടായിരുന്നു. കാരണം, ഞങ്ങളുടെ സംഘത്തിലെ കുറേപേരെ അറിയാവുന്നത് ഇവർക്ക് രണ്ടുപേർക്കും മാത്രമാണ്. ഇവനുവേണ്ടി ഒരുക്കിയ കെണിയിൽ സാറുംകൂടി പെട്ടുപോയെന്നുമാത്രം." - മാഷിനോടായി അയാൾ പറഞ്ഞു.

"നിങ്ങൾ ആരാണ്? നിങ്ങൾക്കെന്താ വേണ്ടത്?" - മാഷ് ചോദിച്ചു.

"സാറേ, ഞാൻ പരിചയപ്പെടുത്താൻ മറന്നു. ഞങ്ങളൊക്കെ യോഗേന്ദ്ര സ്വാമികളുടെ ശിഷ്യരാണ്. ഇന്ന് അമാവാസിയാണെന്നറിയാല്ലോ. ഈ അമാവാസി കഴിയുമ്പോൾ ലോകം ഞങ്ങളുടെ കൈയിലാവും. ഇരുമ്പ് സ്വർണ്ണമാക്കുന്ന മന്ത്രം സ്വാമികൾക്കറിയാം. 12 വയസ്സിൽ താഴെയുള്ള ഒരാണിനെയും പെണ്ണിനെയും കാളിക്ക് ബലി നല്കാൻ കിട്ടാത്തതായിരുന്നു ഇതുവരെയുള്ള തടസ്സം. ഇപ്പോൾ എല്ലാം ശരിയായി. ബലി നല്കാൻ കുട്ടികളെ കിട്ടിക്കഴിഞ്ഞു. നിമിത്തങ്ങൾ എല്ലാം അനുകൂലമാണ്. കാളീദേവിയും പ്രസന്നവതിയാണെന്നാണ് സ്വാമികൾ അല്പം മുമ്പ് പറഞ്ഞത്. സാറിനെ മറ്റേ മുറിയിൽ കൊണ്ടിരു

ത്ത്. ഇവനെ കൈയും കാലും കെട്ടി മറ്റേ പിള്ളാരോടൊപ്പം ഇടണം. വായും മൂടിയേരെ. ഇവൻ വേന്ദ്രനാണ്. സൂക്ഷിക്കണം. സംസാരിക്കാനുള്ള അവസരം കൊടുക്കണ്ട. ആ മുറിയിൽ ഈ പിള്ളാരോടൊപ്പം സത്യൻ അകത്തും ബാബുവും ചന്ദ്രൻ ദൊരയും പുറത്തും ഉണ്ടാവണം. സാറിന്റെ മുറിയുടെ പുറത്ത് രാമസ്വാമി നില്ക്കട്ടെ." - അയാൾ നിർദ്ദേശങ്ങൾ നല്കി.

"നിങ്ങൾ ഏത് നൂറ്റാണ്ടിലാണ് ജീവിക്കുന്നത്? പണ്ട് ഇരുമ്പിൽനിന്ന് സ്വർണ്ണമുണ്ടാക്കാമെന്നൊക്കെ വിശ്വസിച്ച കൂട്ടരുണ്ടായിരുന്നു. അതൊരിക്കലും കഴിയില്ലെന്ന് എത്രയോ കൊല്ലം മുമ്പ് വ്യക്തമായതാണ്. ഇനിയും നരബലിയും മറ്റുമായി ഇതിനു പിന്നാലെ പോയി ജീവിതം തുലയ്ക്കരുത്.."

മാഷിനെ തുടർന്ന് സംസാരിക്കാൻ അനുവദിക്കാതെ അയാൾ ശബ്ദമുയർത്തി: "നിർത്ത്. ഇതുവരെ മര്യാദയ്ക്കാ പെരുമാറിയത്. ഇയാളുടെ ഉപദേശം കൊച്ചുപിള്ളേരടത്തുമതി. എടുത്തുകൊണ്ട് പോടേ ഇതിനെയൊക്കെ."

മാഷിനെ പിടിച്ചുവലിച്ചു രണ്ടുമൂന്നുപേർ അകത്തേക്ക് കൊണ്ടുപോയി. എന്റെ കൈയും കാലും തോർത്തുകൊണ്ട് കെട്ടി. വാ മൂടിയത് കറുത്ത തുണി ചുറ്റിക്കെട്ടിയാണ്.

സത്യൻ എന്ന ഗുണ്ട എന്നെ എടുത്ത് ഒരു മുറിയിൽ കൊണ്ടിട്ടു.

"കുട്ടാ..." എന്നുവിളിച്ചുകൊണ്ട് മഹിമയും റോബിനും ഓടിവന്നു. രണ്ടുപേരുടെയും മുഖം കരഞ്ഞുവീർത്തിരിക്കുന്നു. ഇരുവരും കഴുത്തിൽ ചുവന്ന ചെമ്പരത്തിപ്പൂ ഹാരം അണിഞ്ഞിട്ടുണ്ട്.

"അനങ്ങിപ്പോവരുത്. അവിടവിടങ്ങളിൽ ഇരിക്കുകയോ കിടക്കുകയോ ചെയ്തോളണം." - സത്യൻ കനത്ത ശബ്ദത്തിൽ പറഞ്ഞു.

"സ്വാമികൾ വരുന്നു." - ഒരാൾ പറഞ്ഞു.

പെട്ടെന്നാണ് നിശ്ശബ്ദത വ്യാപിച്ചത്. ഒരാൾ നടന്നു വരുന്നതിന്റെ ശബ്ദം മാത്രം മുഴങ്ങി.

പതിനാറ്

രാത്രി. വലിയൊരു ഹാൾ. ചുറ്റിലും പന്തങ്ങൾ കത്തുന്നതിന്റെ വെട്ടം. യോഗേന്ദ്ര സ്വാമി ഒരു പീഠത്തിലാണിരിക്കുന്നത്. നീട്ടിവളർത്തിയ താടിയും തലമുടിയും. കണ്ണുകൾ ചെമ്പരത്തിപ്പൂപോലെ ചുവന്നിരിക്കുന്നു. കഴുത്തിൽ ചുവന്ന പൂവുകൾ കോർത്ത മാല അണിഞ്ഞിട്ടുണ്ട്. അതിനുപുറമെ എല്ലുകൾ കോർത്ത മറ്റൊരുമാലയുമുണ്ട്. അതിന്റെ ചുവട്ടിൽ വലിയൊരു തലയോട്ടി. കൈയിലെ വെള്ള നിറത്തിലുള്ള ദണ്ഡിന്റെ അറ്റത്തും തലയോട്ടി പിടിപ്പിച്ചിട്ടുണ്ട്. അയാളുടെ മുഖം കാണുന്നതുതന്നെ പേടിപ്പെടുത്തും. ഇപ്പോൾ എന്നിലേക്കും ഭയം പടരുന്നുണ്ട്. സ്വാമിക്കുമുന്നിൽ ആളിപ്പടരുന്ന തീ. അമ്പലത്തിൽ ഹോമം കാണാൻ പോയതിന്റെ അന്ന് മേൽശാന്തി അഗ്നികുണ്ഠം ഒരുക്കി അതിലേക്ക് വിവിധ പൂജാദ്രവ്യങ്ങൾ അർപ്പിച്ചിരുന്നു. ഹോമകുണ്ഠം എന്ന് അതിനെ മുത്തശ്ശി വിശേഷിപ്പിച്ചത് ഓർമ്മയുണ്ട്. സ്വാമി അത്തരമൊരു ഹോമകുണ്ഠത്തിലേക്ക് നെയ്യും എണ്ണയും അർപ്പിക്കുകയാണ്. സ്വാമിക്കുമുന്നിലെ മറ്റ് മൂന്നു പീഠങ്ങളിലായാണ് ഞങ്ങൾ മൂവരും ഇരിക്കുന്നത്. എന്റെ കഴുത്തിലും ചെമ്പരത്തിപ്പൂ ഹാരം ഇട്ടിട്ടുണ്ട്. അത് ഇന്നിപ്പോൾ ഇങ്ങോട്ടു വരും മുമ്പ് അണിയിച്ചതാണ്.

ആദ്യമായി സ്വാമി വന്നപ്പോഴാണ് മെതിയടി കണ്ടത്. അതുവരെ കേട്ടിട്ടേ ഉണ്ടായിരുന്നുള്ളൂ. തടിയിൽ തീർത്ത ആ ചെരുപ്പിന്റെ ഒച്ച ഇഷ്ടമായി.

"ഇവനെ ഇവരോടൊപ്പം പാർപ്പിക്കേണ്ട. ഒറ്റയ്ക്ക് മുറിയിലിട്ടാൽ മതി. അഞ്ചുപേർ അകത്തും രണ്ടുമൂന്നുപേർ പുറത്തും കാവലിരിക്കട്ടെ. കൈയും കാലും വായും ബന്ധിപ്പിച്ചിരിക്കണം. ഇനി ഇവർ കാരണം ഒരു തടസ്സവും ഉണ്ടാവാൻ പാടില്ല. ആഹാരം നിങ്ങൾ എടുത്തുകൊടുത്താൽ മതി. ഇവനെ കാളിക്കുനല്കണോ എന്ന് ഒന്നുകൂടി നോക്കിയിട്ടു പറയാം." - അയാളുടെ വാക്കുകൾ ഭയപ്പെടുത്തി.

കാളിക്ക് സമർപ്പിക്കാൻ അനുവാദം കിട്ടിയതുകൊണ്ടാവണം ഇപ്പോൾ ഹോമകുണ്ഠത്തിനടുത്തേക്ക് കൊണ്ടുവന്ന് പീഠത്തിലിരുത്തി ചെമ്പരത്തിപ്പൂമാല കഴുത്തിലണിയിച്ചത്. എന്റെ കൈകാലുകൾ അപ്പോഴും കെട്ടിയിട്ടിരിക്കുകയാണ്. വായ മാത്രം തുറന്നുതന്നു. അതിങ്ങോട്ടു വരാൻനേരം വെള്ളം കുടിക്കാൻ വേണ്ടിയായിരുന്നു

മൂവരുടെയും വസ്ത്രങ്ങൾ മാറ്റി പട്ടുടുപ്പിച്ച് വെള്ളം ശിരസ്സിലൊഴിച്ച് തോർത്താതെ കൊണ്ടുവന്ന് ഹോമകുണ്ഠത്തിന്റെ മുന്നിലെ പലകകളിൽ ഇരുത്തി. "ഇവന്റെ കൈകാലുകളിലെ കെട്ടഴിച്ചോളൂ. ഹോമം കഴിഞ്ഞശേഷം മൂവർക്കും നല്ല ഭക്ഷണം കൊടുക്കണം. വയർ നിറയുവോളം ഊട്ടണം... ഇനിയൊരിക്കൽക്കൂടി അതിന് യോഗമില്ലാത്തതിനാൽ അത് നല്കണം. സദ്യ ഒരുക്കിയിട്ടുണ്ടല്ലോ. അല്ലേ?"- സ്വാമി ചോദിച്ചു.

"എല്ലാം തയ്യാറാണ്." - ശിഷ്യരിൽ ഒരാൾ മറുപടി നല്കി.

ഒരാൾ വന്ന് എന്റെ കാലിലെ കെട്ടുകൾ ആദ്യം അഴിച്ചു. കൈയിലെ കെട്ടായിരുന്നു പിന്നീട് അഴിച്ചത്. അവരിലൊരാൾ ഉടുപ്പ് ഊരിയെടുക്കുന്നതിനിടയിൽ പോക്കറ്റിൽനിന്ന് ഞാൻ തൂവലെടുത്തത് ആരും ശ്രദ്ധിച്ചില്ല. ഞാനത് കൈയിൽ മുറുകെപ്പിടിച്ചു. ഷർട്ട് ഊരിയെടുക്കാൻ നോക്കിയപ്പോൾ കൈ ഉയർത്തുന്നതിനിടയിൽ ഒരു കൈകൊണ്ട് പോക്കറ്റിൽനിന്നു തൂവലെടുത്ത

തിനാലാണ് ആരും ശ്രദ്ധിക്കാത്തത്. എല്ലാവരും ഞങ്ങളെത്തന്നെ ശ്രദ്ധിക്കുകയാണ്. അതുകൊണ്ടുതന്നെ ഇപ്പോൾ തൂവൽ നെറ്റിയിലുരസാൻ നോക്കിയാൽ ചിലപ്പോൾ മൂന്നു തവണ പൂർത്തിയാക്കാൻ അനുവദിക്കുംമുമ്പ് തട്ടിത്തെറിപ്പിച്ചെന്നുവരും. കൈയിൽ ഒതുക്കിപ്പിടിച്ചപ്പോൾ തൂവൽ ചെറുതായതിന്റെ ഗുണം മനസ്സിലായി!

സ്വാമിക്കെതിരായി തിരിച്ചു നിർത്തിയാണ് പട്ടുടുപ്പിച്ചത്. ഇതാണ് പറ്റിയ സമയം- ഞാൻ തൂവൽ മൂന്നുതവണ നെറ്റിയിൽ ഉരസി. ഇല്ല, ആരും ശ്രദ്ധിച്ചതേയില്ല. അതിനുശേഷം തൂവൽ എന്റെ കൈയിൽ മുറുകെപ്പിടിച്ചു. അപ്പോഴേക്കും തലയിലൂടെ വെള്ളമൊഴിച്ചതിനാൽ തണുപ്പ് അരിച്ചിറങ്ങി. മൂവരുടെ കഴുത്തിലും പുതിയ ചുവന്ന ചെമ്പരത്തിഹാരങ്ങൾ അണിയിച്ചു. വീണ്ടും പീഠങ്ങളിൽ കൊണ്ടിരുത്തി. അപ്പോഴാണ് സ്വാമികൾക്ക് പിന്നിലെ ടാർ വീപ്പയ്ക്കു പിന്നിലെ ഇരുട്ടിൽ വെൺമ കണ്ടത്. അതെ, കിളി വന്നിരിക്കുന്നു!

"നിങ്ങൾ ഒന്നോ രണ്ടോപേരെക്കൊണ്ട് ഒന്നും ചെയ്യാനാവില്ല. ഇവർ പത്തിരുപതുപേരുണ്ട്. അവരുടെ കൈകളിൽ തോക്ക് ഉൾപ്പെടെയുള്ളവയുണ്ട്. നിങ്ങൾ ഇരുന്നൂറോ മൂന്നുറോപേർ പൊടുന്നനേ പാഞ്ഞുകയറി ഇവരുടെ കണ്ണുകൾ കാണാതാക്കുക. അതിനുശേഷം ഇവരുടെ മുഖം കൊത്തിപ്പറിക്കുക. അതേ മാർഗ്ഗമുള്ളൂ എന്നാണ് തോന്നുതന്നത്."- ഞാൻ ചുണ്ടനക്കി.

"ഞാൻ ആലോചിച്ചതുതന്നെയാണ് കുട്ടൻ പറഞ്ഞത്. ബാക്കി കാര്യങ്ങൾ ഞങ്ങളേറ്റു." - കിളി പറഞ്ഞു.

ഹോമം തുടരുകയാണ്. കർപ്പൂരം ഇലകളിൽ കത്തിച്ചു. ഞങ്ങളെ മൂവരേയും ഉഴിഞ്ഞു. എല്ലാവരും വന്ന് അത് തൊട്ടു തൊഴുതു.

"ഇനി സദ്യവിളമ്പാം. അതിനുശേഷം ഹോമം തുടരാം. ആദ്യം കാളീ സന്നിധിയിലെത്താൻ പോവുന്ന ഈ കുഞ്ഞുങ്ങൾക്ക്" - സ്വാമികളുടെ നിർദ്ദേശം പൂർത്തിയാവുംമുമ്പ് ഒരിരമ്പൽ പോലെ കിളിക്കൂട്ടം പാഞ്ഞുകയറുകയായിരുന്നു. ആദ്യം

സ്വാമികളുടെ കണ്ണുകളാണ് കുത്തിപ്പൊട്ടിച്ചത്. കിളിയുടെ കഴുത്തിലെ ചുവന്ന മാലയിൽനിന്ന് അത് ജോയുടെ അമ്മയുടെ പ്രതികാരമാണെന്ന് വ്യക്തമായി. സ്വാമികൾ കൈയിലുണ്ടായിരുന്ന ദണ്ഡെടുക്കാൻ നോക്കിയതും അടുത്ത കിളികൾ കൂർത്തുനീണ്ട കൊക്കുകൾ കൊണ്ട് രണ്ടുകൈയും കൊത്തിപ്പറിച്ചു. തുടർന്ന് ഓരോരുത്തരായി കണ്ണും പൊത്തി ഓടുന്ന കാഴ്ചയാണ് ഞങ്ങൾ കണ്ടത്. ഇതുവരെ ഞങ്ങളെ കഷ്ടപ്പെടുത്തിയിരുന്നവരുടെ 'ഓടെടാഓട്ടം' കണ്ട് മനസ്സു നിറഞ്ഞു ചിരിച്ചു.

ആ സംഘത്തിലെ മിക്കവാറും എല്ലാവരും നിലത്തു വീണിരിക്കുന്നു. കണ്ണുകൾ പൊത്തിപ്പിടിച്ച് ശരീരമാസകലം കിളിക്കൂട്ടത്തിന്റെ ആക്രമണത്തിൽ മുറിവേറ്റ സ്വാമികളുടെ കരച്ചിൽ. സ്വാമി പീഠത്തിനരികെ വച്ചിരുന്ന മൊബൈൽഫോൺ നേരത്തെ ഞാൻ ശ്രദ്ധിച്ചിരുന്നു. ഹോമത്തിനിടയിൽ അയാൾക്ക് ഫോൺ വന്നപ്പോഴാണ് ഞാൻ അത് കണ്ടത്.

"ഫോൺ എടുത്ത് ആദ്യം റോബിന്റെ അച്ഛനെയാണ് വിളിച്ചത്. ആസ്റ്റിൻ അങ്കിളിന്റെ നമ്പർ എനിക്ക് കാണാതറിയാമായിരുന്നു.

"ഹലോ" - അങ്കിൾ ഫോണെടുത്തു.

"അങ്കിൾ ഇത് കുട്ടനാണ്. മാഷും റോബിനും മഹിമയും ഇവിടെയുണ്ട്." - ഞാൻ പറഞ്ഞു.

"എവിടെയാണ് മോനേ?" - അങ്കിൾ ചോദിച്ചു.

"അന്ന് അങ്കിൾ ഞങ്ങളെ കണ്ടില്ലേ... ആ പഴയ കൊപ്രാമില്ലിനടുത്ത്... അതിനകത്തുണ്ട്."- ആദ്യം തന്നെ എവിടെയുണ്ടെന്ന് പറയേണ്ടതായിരുന്നല്ലോ എന്ന ലജ്ജയോടെ പറഞ്ഞു.

"നിങ്ങൾ അവിടെത്തന്നെ നിന്നാൽ മതി. ഞങ്ങളിപ്പോഴെത്താം" - അങ്കിൾ നിർദ്ദേശിച്ചു.

പിന്നീട് വീട്ടിലേക്കാണ് വിളിച്ചത്. അച്ഛനാണ് ഫോണെടുത്തത്.

"അച്ഛാ..." - ഞാൻ വിളിച്ചു.

"മോനേ.."- അച്ഛന്റെ സ്വരത്തിലെ ഉൽക്കണ്ഠയും ആശ്വാ

സവും ഒക്കെ അറിഞ്ഞു. ഞാൻ കാര്യങ്ങൾ ചുരുക്കിപ്പറഞ്ഞു.

മഹിമയുടെ വീട്ടിൽ വിളിച്ചപ്പോൾ അപ്പൂപ്പനാണ് ഫോണെടുത്തത്. ഞാൻ കാര്യങ്ങൾ പറഞ്ഞു. അവിടെയും ആശ്വാസനിശ്വാസങ്ങൾ ഉതിരുന്നത് അറിഞ്ഞു.

മഹിമയും റോബിനും ഇനിയും ഭീതിയിൽനിന്ന് മോചിതരായില്ല.

"മാഷിനെ കണ്ടുപിടിക്കേണ്ടേ?" - ഞാൻ ചോദിച്ചു.

"മാഷും ഇതിനകത്തുണ്ടോ?"- മഹിമ ചോദിച്ചു.

ഞാൻ അവരെയുംകൂട്ടി അകത്തേക്കുനടന്നു. അപ്പോഴും തൂവൽ കൈയിൽ മുറുകെപ്പിടിച്ചിരുന്നു. ഒരു മുറിയുടെ മുന്നിലുള്ള മറവിൽ ഒരാൾ ഒളിച്ചിരിക്കുന്നു. അയാൾ വിറയ്ക്കുന്നുണ്ട്.

"മാഷ് എവിടെ?" - ഞാൻ ചോദിച്ചു.

അയാൾ മുന്നിലുള്ള പൂട്ടിയ മുറിയിലേക്ക് വിരൽ ചൂണ്ടി.

"തുറക്ക്." - ഞാൻ ആവശ്യപ്പെട്ടു.

ഒരു എതിർപ്പും കൂടാതെ പാന്റിന്റെ പോക്കറ്റിൽനിന്നും താക്കോലെടുത്ത് മുറി തുറന്നു.

"ആ... മൂവരും ഉണ്ടല്ലോ... നിന്റെ കിളി സഹായിച്ചു. അല്ലേ?" - മാഷ് മുറിയിൽനിന്ന് പുറത്തേക്കിറങ്ങുമ്പോൾ ചോദിച്ചു.

"മാഷിനതെങ്ങനെ മനസ്സിലായി?" - ഞാൻ ചോദിച്ചു.

"നിങ്ങളെപ്പോലുള്ള മിടുക്കരായ ശിഷ്യരുടെ മാഷല്ലേ, ഞാൻ? അത്രയുമെങ്കിലും ഞാൻ മനസ്സിലാക്കേണ്ടേ?" - അപ്പോൾ മാഷിന്റെ മുഖത്ത് നിറഞ്ഞുനിന്നത് അഭിമാനമായിരുന്നു.

"പൊലീസിനോട് ഈ കിളികൾ വന്നുരക്ഷിച്ചു എന്നു പറഞ്ഞാൽ മതി. തൂവലെടുത്ത് നെറ്റിയിൽ ഉരസിയതൊക്കെ പറയാൻ നിന്നാൽ അതവർക്കും പ്രശ്നമാവും"- മാഷ് പറഞ്ഞു.

അപ്പോഴേക്കും റോബിന്റെ പപ്പയുടെ നേതൃത്വത്തിൽ പൊലീസും അച്ഛനും അമ്മയും അപ്പൂപ്പനും അമ്മൂമ്മയും മുത്തുവും മഹിമയുടെ വീട്ടുകാരും എത്തി. മുത്തു എന്നെ

കണ്ടതും ഓടിയെത്തി കെട്ടിപ്പിടിച്ചു. കഴിഞ്ഞ ദിവസങ്ങളിൽ ചേട്ടനെ കാണാത്തതിന്റെ സങ്കടം മുഴുവൻ അവന്റെ മുഖത്തുണ്ടായിരുന്നു. അച്ഛനമ്മമാർ ഞങ്ങളെ മാറിമാറിയെടുത്ത് ഉമ്മവച്ചു.. കണ്ണീർ ആനന്ദക്കണ്ണീരിന് വഴിമാറുകയാണ്.

'ബ്ലാക്ക് ഹോൺബിൽ' എന്ന കുപ്രസിദ്ധ കുറ്റവാളി സംഘത്തെ പിടികൂടിയത്. അപ്പോൾതന്നെ ടെലിവിഷൻ ചാലനുകളിൽ ബ്രേക്കിങ് ന്യൂസായി. പിറ്റേന്നത്തെ പത്രങ്ങളിൽ ഒന്നാം പേജിൽ ഞങ്ങളുടെ ഫോട്ടോയും വാർത്തയും വന്നു. 'കുറ്റവാളികൾ കുടുക്കിയവരെ ദേശാടനക്കിളികൾ രക്ഷിച്ചു.' എന്ന തലക്കെട്ടിലായിരുന്നു വീട്ടിൽ വരുത്തുന്ന പത്രത്തിലെ വാർത്ത. കൂട്ടിലടച്ച വേഴാമ്പലുകൾ, നക്ഷത്ര ആമകൾ, ഇരുതലമൂരികൾ എന്നിവയെ അവിടെനിന്ന് കണ്ടെടുത്തതായും വാർത്തയിലുണ്ടായിരുന്നു. ഒട്ടേറെ ക്രിമിനൽ കേസുകളിൽ പ്രതികളായ ഇവർക്ക് ഉടനെയൊന്നും ജയിലിൽനിന്ന് പുറത്തിറങ്ങാനാവില്ലെന്ന് വായിച്ചപ്പോൾ സന്തോഷമായി.

ഒരു മാസത്തോളമായപ്പോൾ ജോ ഊർജ്ജസ്വലനായി. അന്ന് ഡോ. ശരത്തും ഡോ. സുരേഷും വന്നപ്പോൾ കിളിയെ സ്വതന്ത്രനാക്കാമെന്നു പറഞ്ഞു. എവിടെ വിടാമെന്ന ആലോചന വന്നപ്പോൾ ഞാനാണ് നാഗരുകാവിലെ മരത്തിൽ ജോയെപ്പോലുള്ള കിളികളുണ്ടെന്ന് അറിയിച്ചത്. അങ്ങനെ അപ്പോൾതന്നെ ജോയെ അവിടെ കൊണ്ടുവന്ന് തുറന്നുവിട്ടു. ആ സമയത്ത് ജോയുടെ അമ്മയും കൂട്ടരും ഞങ്ങളുടെ തലയ്ക്കുമുകളിൽ വട്ടത്തിൽ പറന്നു. അത് അവരുടെ നന്ദിപ്രകടനമാണെന്ന് ജോയുടെ അമ്മ പറഞ്ഞു. ഇനി എല്ലാ വർഷവും ഈ മാസങ്ങളിൽ നാഗരുകാവിലും പരിസരങ്ങളിലും എത്താം എന്ന ഉറപ്പുനല്കിയാണ് അന്നുരാത്രി കിളിക്കൂട്ടം പറന്നകന്നത്.

ആ സംഭവം നടന്നിട്ട് ഒരുവർഷം കഴിയുന്നു. ഇന്ന് ഈ പ്രദേശം പക്ഷി സൗഹൃദ, പരിസ്ഥിതി സൗഹൃദമേഖലയായി പ്രഖ്യാപിക്കുകയാണ്. ഇനി ഈ മേഖലയിൽ ഒരു കാരണവശാലും പക്ഷിവേട്ട അനുവദിക്കില്ല. അതിന്റെ പ്രഖ്യാപനത്തിന്

മുഖ്യമന്ത്രിയും പ്രതിപക്ഷനേതാവും വരുന്നുണ്ട്. ആ ചടങ്ങിൽ മാഷിനെയും എന്നെയും റോബിനെയും മഹിമയെയും രാഹുലിനെയും അനുമോദിക്കും. ചടങ്ങിന്റെ ഉദ്ഘാടന സമയത്ത് ഒരത്ഭുതമുണ്ടാവും. അത് ഞാൻ മറ്റാരോടും പറഞ്ഞിട്ടില്ല. നിങ്ങളോടാണ് ആദ്യം പറയുന്നത് - ആയിരം പക്ഷികൾ ആകാശത്ത് നൃത്തം ചെയ്യും! അതെ, ജോയും അമ്മയും ഇന്ന് രാവിലെ എത്തി. അവരോട് ഞാൻ കാര്യം പറഞ്ഞു. അപ്പോഴാണ് അവർ ഇങ്ങനെ വാഗ്ദാനം ചെയ്തത്. ആ അത്ഭുതക്കാഴ്ചയ്ക്ക് സാക്ഷിയാകാൻ നിങ്ങളെയും ക്ഷണിക്കുകയാണ്...!

www.ingramcontent.com/pod-product-compliance
Lightning Source LLC
LaVergne TN
LVHW100825051026
849519LV00006B/2184
* 9 7 8 9 3 9 3 4 6 8 1 0 9 *